ஒன்றே ஒன்று

கி. வா. ஜகந்நாதன்

Title: Ondre Ondru

Author: Ki. Va. Jagannathan

Language: Tamil

First Published on: 1955

Year of Publication: 2025

Book Format: Paperback

*Page Size: 6inch * 9inch*

Category: Religious

Subject: Religious Essays

No. of pages: 100

ISBN: 978-81-686042-1-6

Published by: Nilan Publishers, Madurai, Tamilnadu, India

பொருளடக்கம்

ஒன்றே ஒன்று

முகவுரை

பதினோராந் திருமுறை என்ற பெயரே சைவத் திருமுறைகளைக் கோவை செய்து வரிசைப்படுத்தி அமைத்த செயலைக் குறிப்பிக்கிறது. இதற்கு முன் பத்துத் திருமுறைகள் உள்ளன என்பதை இப்பெயர் அறிவிக்கிறதல்லவா? நம்பியாண்டார் நம்பிகள், பதினொரு திருமுறைகளைத் தொகுத்தார். பதினோராந் திருமுறையில் ஆலவாயுடையார் அருளிச் செய்த திருமுகப் பாசுரத்தை முதலில் வைத்துப் பட்டினத்துப் பிள்ளையார் இயற்றிய திருவொற்றியூர் ஒருபா ஒருபஃதை இறுதியாக வைத்து 31 பிரபந்தங்களைத் தொகுத்தார். பிறகு அரசன் வேண்டுகோளின்படி நம்பியாண்டார் நம்பி இயற்றிய பத்துப் பிரபந்தங்களையும் பிறர் சேர்த்தனர்.

இத்திருமுறையில் பன்னிரண்டு அருளாளர்கள் பாடிய 41 நூல்கள் இருக்கின்றன. 1388 பாடல்கள் இப்போது கிடைக்கின்றன.சில நூல்களிற் சில பாடல்கள் கிடைக்கவில்லை. இந்த நூல்களை இயற்றிய திருவருட் செல்வர்கள் திருவாலவாயுடையார், காரைக்காலம்மையார், ஐயடிகள் காடவர்கோன் நாயனார், சேரமான் பெருமாள் நாயனார், நக்கீர தேவர், கல்லாடனார், கபில் தேவர், பரணதேவர், இளம் பெருமான் அடிகள், அதிராவடிகள், பட்டினத்துப் பிள்ளையார், நம்பியாண்டார் நம்பி என்போர்.

இவர்களுள் திருவாலவாயுடையார் மதுரையில் எழுந்தருளி யிருக்கும் இறைவர் என்றும், அப்பெருமான் பாணபத்திரருக்காகச் சேரமான் பெருமாள் நாயனாருக்குப் பாசுரவடிவில் ஒரு திருமுகத்தை வரைந்து அளித்தாரென்றும், அதுவே திருமுகப் பாசுரமென்ற பாடலென்றும் திருவிளையாடற் புராணம் கூறுகிறது. பதினோராந் திருமுறையின் தொடக்கத்தில் உள்ள அது வருமாறு:

மதிமலி புரிசை மாடக் கூடற்
பதிமிசை நிலவு பால்நிற வரிச்சிறகு
அன்னம் பயில்பொழில் ஆல வாயில்
மன்னிய சிவன்யான் மொழிதரு மாற்றம்
பருவக் கொண்மூப் படியெனப் பாவலர்க்கு
உரிமையின் உரிமையின் உதவி ஒளிதிகழ்
குருமா மதியுரை குலவிய குடைக்கீழ்ச்
செருமா உகைக்கும் சேரலன் காண்க:
பண்பால் யாழ்பயில் பாண பத்திரன்
தன்போல் என்பால் அன்பன், தன்பால்
காண்பது கருதிப் போந்தனன்;
மாண்பொருள் கொடுத்து வரவிடுப் பதுவே.

(சந்திரன் நிரம்பித் தங்கும் மதிலையுடைய நான் மாடக்கூடலென்னும் நகரத்தில் உள்ளதும், பால் போன்ற வெள்ளை நிறமும் கோடுகளும் உள்ள சிறகையுடைய அன்னங்கள் பழகுகின்ற சோலைகளையுடையதுமாகிய ஆலவாய்த் திருக்கோயிலில் வாழும் சிவனாகிய யான் உரைக்கும் வார்த்தையாகிய இதனை, கார்காலத்து மேகத்துக்கு ஒப்பு என்னும்படியரகப் பாவாணர்களுக்குத் தனக்கே உரிய இயல்பினாலே பலகாலும் பொருளை உதவின் ஒளி திகழும் நிறம் பெற்ற பெரிய சந்திரனை ஒத்து விளங்கும் குடையின் கீழ் இருந்து போரிற் செலுத்தும் குதிரையை ஊர்ந்து ஓட்டும் சேரன் காண்க: முறைப்படி யாழைப் பயில்கின்ற பாணபத்திரன் என்னும் இவன் உன்னைப் போல என்னிடம் அன்புடையவன்; உன்னிடம் உன்னைக் காணுவதை எண்ணி வந்தான்; மாட்சிமைப்பட்ட பொருளைக் கொடுத்து இவனை அனுப்ப வேண்டும்.

மதி - சந்திரன். புரிசை - மதில். மாடக்கூடல் - நான்மாடக்கூடல் இது மதுரையின் பெயர். ஆலவாய்: கோயிலின் பெயர். பருவம் - பொழி, கொண்மு - மேகம். படி - ஒப்பு, குரு-நிறம். செரு - போர்.

உகைக்கும் - ஓட்டும். பண்பு - யாழ் வாசித்தற்குரிய அமைதி. தன் என்றது படர்க்கையில் வைத்துச் சொன்னது. விடுப்பது - விடுக்க.]

காரைக் காலம்மையார், ஐயடிகள் காடவர்கோன், சேரமான் பெருமாள் என்னும் மூவரும் அறுபத்து மூன்று நாயன் மார்களைச் சேர்ந்தவர்கள். இவர்களுடைய வரலாறுகள் பெரிய புராணத்தில் இருக்கின்றன. நக்கீரர், கல்லாடனார், கபிலர், பரணர் என்னும் நால்வரும் கடைச்சங்க காலத்துப் புலவர்கள். இப் பெயருள்ளவர்கள் இயற்றிய பாடல்கள் சங்க நூல்களிற் காணப்படுகின்றன. ஆயினும் இத்திருமுறையில் அவர்கள் இயற் றியனவாக உள்ள நூல்களில் திருமுருகாற்றுப் படையைத் தவிர மற்றவை சங்கத் தொகை நூல்களில் சேர்க்கப் பெறவில்லை. அவற்றின் நடை, உள்ளுறை யாகியவற்றால் அவை அந்தப் பழம் புலவர்களின் வாக்கென்று சொல்வதற்கு இல்லை,

நம்பியாண்டார் நம்பிகள் திருத்தொண்டர் திருவந்தாதியில் சங்கத்துப் புலவர்களைப் பொய்யடிமையில்லாத புலவர் என்னும் தொகையடியார்களாக வைத்துப் பாடுகிறார்.

தரணியிற் பொய்ம்மை இலாத்தமிழ்ச்
சங்க மதிற்கபிலர்
பரணர்தக் கீரர் முதல்நாற்பத்
தொன்பது பல்புலவோர்
அருள் நமக் கீயும் திருவால
வாய்அரன் சேவடிக்கே
பொருள் அமைத்து இன்பக் கவிபல
பாடும் புலவர்களே.

அவர் கொள்கையின்படி இத் திருமுறையில் வரும் நூல்களை இயற்றிய நக்கீரர், கல்லாடர், கபிலர், பரணர் என்னும் நால்வரும் நாயன்மார் கூட்டத்தைச் சேர்ந்தவர்களே.

இளம் பெருமானடிகள், அதிராவடிகள் என்னும் இரண்டு பெரியார்களைப் பற்றிய செய்திகள் பிற நூல்களிற்

காணவில்லை. பட்டினத்துப் பிள்ளையார் வரலாறு தனியே வழங்குகிறது. நம்பியாண்டார் நம்பி தேவாரத்தை வெளிப்படுத்துவதற்கும் திருமுறைகளை வகுப்பதற்கும் உறுதுணையாக இருந்தவர். திருமுறை கண்ட புராணம் என்ற நூல் அவர் வரலாற்றைச் சொல்கிறது.

இந்தத் திருமுறையில் உள்ள நூல்கள் விநாயகர், முருகன், சிவபெருமான் ஆகிய தெய்வங்களைப் பற்றியும் நாயன்மார்களைப் பற்றியும் அமைந்தவை. விநாயகரைப் பற்றியவை -3; முருகனைப் பற்றியது -1; சிவபெருமானைப் பற்றியவை -26; திருஞான சம்பந்தரைப் பற்றியவை -6; திருநாவுக்கரசைப் பற்றியது-1; கண்ணப்பரைப் பற்றியவை - 2; சேரமான் பெருமாளைப் பாட் ருடைத் தலைவராக உடையது-1; திருத்தொண்டர் அனைவரையும் பற்றியது-1.

இதில் தொகுக்கப் பெற்ற பிரபந்த வகைகள் 41. அவற்றுள் அந்தாதி (வெண்பா -- 4, கலித்துறை - 4) - 8, ஆற்றுப் படை-1, இரட்டை மணி மாலை -4, உலா -2, எட்டு-1, எழுகூற றிருக்கை - 1, எழுபது - 1, ஏகாதச மாலை -1, ஒருபா ஒருபது ---], கலம்பகம் - 1, கலிவெண்பா - 1, கோபப் பிரசாதம் - 1, திருமுகப் பாசுரம் (சீட்டுக்கவி)-1, தொகை - 1, நான் மணிமாலை -1, பதிகம் --2, பெருந்தேவ பாணி-1, மறம்-2, மும்மணிக் கோவை --7,விருத்தம் - 2, வெண்பா-1.

ஏனைய திருமுறைகளுக்கு இல்லாத சிறப்பு ஒன்று இதற்கு உண்டு. ஆலவாய் இறையனார் இயற்றிய திருமுகப் பாசுரத்தை முதலில் உடையது இது. சிவபெருமானாலே இயற்றப் பெற்றதாகச் சொல்லப் பெறும் தமிழ் நூல் ஒன்று; இறையனார் அகப் பொருள் என்ற இலக்கணம் அது. அப் பெருமானாலே திருவாய் மலர்ந்தருளப் பெற்றவை என்று அன்பர்கள் நம்பும் பாடல்கள் இரண்டு. ஒன்று "கொங்குதேர் வாழ்க்கை" என்பது. அது குறுந்தொகை என்ற சங்க நூலில் இரண்டாவது பாட்டாக அமைந்திருக்கிறது. மற்றொன்று இந்தத் திருமுகப் பாசுரம். வேறு சில பாடல்கள் அப் பெருமானால் அருளப் பெற்றன என்று சில வரலாறுகள்

வழங்குகின்றன.ஆயினும் பெரியோர்களால் ஏற்றுக் கொள்ளப்பெற்று, மதிப்பைப் பெறும் தொகை நூல்களிலே கோக்கப் பெற்றவை இந்த இரண்டு பாடல்களுமேயாம்.

மற்றொரு சிறப்பும் இந்தத் திருமுறைக்கு உண்டு. இதில் கடைச் சங்க காலத்து நூலாகிய திருமுருகாற்றுப்படை கோக்கப் பெற்றிருக்கிறது. சங்க நூல்களைப் பயில்வார் இல்லாமல் தமிழுலகம் மறந்திருந்த காலத்திலும் சைவத் திருமுறையில் சேர்க் கப்பெற்றமையின் இந்நூல் மறையாமல் நின்று விளங்கியது.

பதினோராந் திருமுறையை யாழ்ப்பாணத்து நல்லூர் ஆறுமுக நாவலரவர்கள் பதிப்பித்திருக்கிறார்கள். வேறு சிலரும் அச்சிட் டிருக்கிறார்கள். பல காலமாக அச்சுப் புத்தகம் இருந்துவரினும் தமிழ் மக்கள் அதிகமாக இத் திருமுறையில் ஈடுபடவில்லை. அதனால் இதில் உள்ள பல பாடல்கள் மூல உருவம் இன்னதென்றே தெரி யாமல் இருக்கின்றன. பல பாடல்கள் விட்டுப் போயிருக்கின்றன. பல பாடல்களின் இடையிற் சில சொற்கள் விட்டுப்போயின. பல பாடல்களுக்குரிய பொருள் இன்னதென்று தெளிவுற இயலாத வகையிலே அவற்றின் உருவம் இருக்கிறது. ஏட்டுச் சுவடிகளை நன்கு ஆராய்ந்து அவற்றிலுள்ள பாடபேதங்களைத் தெரிந்து தொகுத்துப் பொருள் நிச்சயம் செய்தால், பல பாடல்களின் உண்மை உருவத்தைக் காணுதல் கூடும்.

ஸ்ரீ குமரகுருபர சுவாமிகளை முதல்வராகக் கொண்டு, அவர் செய்து வந்த சமயத் தொண்டையும் தமிழ்த் தொண்டையும் மிகச் சிறப்பாக நடத்திவரும் திருப்பனந்தாள் காசி மடத்தில் தலைவர்களாக எழுந்தருளியிருக்கும் ஸ்ரீலஸ்ரீ காசி வாசி அருள் நந்தித் தம்பிரான் சுவாமிகள் அவர்களுடைய விருப்பத்தின்படி 1950-ஆம் ஆண்டில் பதினோராந் திருமுறையை வெளியிடும் வாய்ப்பு எனக்குக் கிடைத்தது. திருமுருகாற்றுப் படைக்குப் புதிய வகையில் விளக்கம் எழுதி,

'வழிகாட்டி' என்னும் பெயரோடு வெளியிட முருகன் திருவருள் கூட்டிய செய்தியை அன்பர்கள் அறிவார்கள்.

இந்தச் சிறிய புத்தகத்தில் பன்னிரண்டு பாடல்களுக்குரிய விளக்கங்கள் உள்ளன. காரைக்காலம்மையாரின் திருவாக்காகிய இரண்டு பாடல்களும், சேரமான் பெருமாள் பாடல்கள் இரண்டும், நக்கீரர் பாடல்கள் மூன்றும், கபிலர் பாட்டு ஒன்றும், அதிரா வடிகள் பாட்டு ஒன்றும், பட்டினத்துப் பிள்ளையார் பாடல்கள் இரண்டும், நம்பியாண்டார் நம்பி திருவாக்கு ஒன்றும் இதில் இடம் பெறுகின்றன. பதினோராந் திருமுறையில் உள்ள 41 நூல்களில் அற்புதத் திருவந்தாதி, பொன் வண்ணத்தந்தாதி, திருவாரூர் மும்மணிக் கோவை, கயிலைபாதி காளத்திபாதி அந்தாதி, ஈங்கோய் மலை எழுபது, சிவபெருமான் இரட்டை மணிமாலை, மூத்த பிள்ளையார் திருமும்மணிக்கோவை, கோயில் நான் மணிமாலை, திருவிடை மருதூர் மும்மணிக் கோவை, ஆளுடைய பிள்ளையார் திருமும் மணிக்கோவை என்னும் பத்துப் பிரபந்தங்களிலிருந்து எடுக்கப் பெற்றவை அவை.

நான் காரைக் காலம்மையாருடைய தீவிரமான பக்திக்கு இணையாக வேறு எதைச் சொல்லமுடியும்? ஒன்றையே நினைந்து ஒன்றையே துணிந்து ஒன்றையே தம் உள்ளத்துள் அடைத்து இறைவனுக்கு அடிமைப்படும் திருவாட்டியார் அவர். உலக முழுவதும் அவருக்கு இறைவனுடைய திருவுருவத்தை நினைப்பூட்டுகிறது. காலை முதல் இரவு வரையில் தோற்றும் பல பொழுதின் காட்சியிலும் இறைவன் திருமேனியைக் காண்கிறார் (1,2.) சேரமான் பெருமாள் நாயனார் மன்னர் மாத்திரமா? அவர் புலவர்; இறைவனைப் பாடும் புலவர்; சுந்தரமூர்த்தி நாயனாரைத் தோழராகப் பெற்றவர். அவர் இறைவனைப் பாடினாலும் அதனால் தருக்கு அடையவில்லை. "என்ன பாடிவிட்டேன்! என் புன்சொல்லை நீ ஏற்றருள வேண்டும்" என்று பணிவுடன் விண்ணப்பித்துக் கொள்கிறார் (3) அகத் துறைப் பாட்டு ஒன்றில் பிரிந்து சென்ற தலைவியையும் செவிலியையும் காட்டி அந்தச் செவிலியின் வேதனையைத் தெரிவித்து,

பாட்டினிடையே சார்த்து வகையால் ஆரூர்ப் பெருமான் புகழை இணைக்கிறார் (4) நக்கீரர் திருக்காளத்திக்கு வந்து இறைவனிடம் புகல் புகுந்து தாம் அதுகாறும் அடைந்த இடர்களினின்றும் நீங்கி, "துன்பங்களே! போய் வாருங்கள். நான் குளிர்ச்சியான இடம் ஒன்றை அடையப் போகிறேன்" என்று கூறுகிறார் (5) அடியார்களுக்கு யமபயம் இல்லையென்பதை அவர் அழகாகச் சொல்கிறார். "இறைவனுடைய பக்தர்களிடம் அணுகாதீர்கள்" என்று யமன் தன் தூதுவர்களுக்குக் கட்டளையிடுவானாம் (6) இயற்கை யெழிலைக் கண்டுகளிக்கும் புலவராகிய அவர் மந்தி தன் குட்டிக்கு விரலால் தேன் தோய்த்து ஊட்டும் காட்சியைக் கண்டு நமக்கும் காட்டி, "இந்த இடம் ஈங்கோய் மலை என்று இறைவன் திருப்பதியைச் சுட்டிக் காட்டுகிறார் (7.) நரைதிரை மூப்புச்சாவு என்பன மக்களுக்குத் தொடர்ந்து வருகின்றன. அந்த உண்மையை நினைப்பூட்டி, பேசத் தொடங்கும் போதே மறைக் காட்டு மணியைப் பரவுங்கள் என்று கபிலர் அறிவுறுத்துகிறார். மறைக் காட்டில் கலம் கரை சேரும் அழகைக் காட்டுகிறார் (8)

விநாயகரைப் பாடிய அதிராவடிகள் ஞானக் கன்றாகிய அப் பெருமான் சப்பாணி கொட்டுவதை வருணிக்கிறார். நிலந்துளங்கவும் மேருமலை அசையவும் வானம் துளங்கவும் அக் கன்று சப்பாணி கொட்டி விளையாடுகிறது (9) பட்டினத்துப் பிள்ளையார் தம்மை நாயகியாக்கிக் கொண்டு நடராசப் பெருமான்பால் காதல் கொள்கிறார். "அப் பெருமானை ஏற்றிக்கொண்டு எங்கள் தெரு வழியாக வரக்கூடாதா?". என்று இறைவன் வாகனமாகிய விடையை நோக்கிக் கூறுகிறார் (10) திருவிடை மருதூர்ப் பெருந் தேனைச் சுவைத்தவர் அவர். அவர் இறப்பும் பிறப்பும் அற்ற நிலையை அடைந்தவர். புலன்களின் மயக்கு நீத்தவர். ஆசையை அறுத்தவர். யாரிடமும் எதையும் கேட்கவேண்டாத நிறைவு பெற்றவர் (II)

நம்பியாண்டார் நம்பி ஆளுடைய பிள்ளையாராகிய திருஞான சம்பந்தரைப் பாட்டுடைத் தலைவராக வைத்து அகத்துறைப்

பாட்டுப் பாடுகிறார். அவர் மலையில் ஒரு தலைவன் ஓர் அழகியைக் காதலிக்கிறான். தினைப் புனம் காவல் செய்யும் அவளைக் கண்டு அவளது சாயல், மொழி, விழி இவற்றில் ஈடுபட்டு, இவளாவது! தினைப் புனத்தைக் காப்பதாவது! இவளைத் தம் இனமென்று எண்ணி மயிலும் கிளியும் மானும் வந்து கதிர்களை யெல்லாம் அழித்துவிடுமே!' என்று கூறுகிறான் *(12)*

இந்தப் பாடல்களின் நடை வகையைப் பார்த்தால் சங்க காலப் பாடல்களைப் போன்ற அமைப்பைச் சிலவற்றில் காணலாம்; பிற்காலத்துப் பாடல்களின் அமைப்புச் சிலவற்றில் இருக்கும். பழமையும் புதுமையும் இணைந்த அழகைப் பதினோராந் திருமுறைப் பாடல்கள் கொண்டுள்ளன.

முருகன் திருவருளையும் என்னுடைய ஆசிரியப்பிரானின் நல்லாசியையும் துணைக்கொண்டு தொடங்கிய திருமுறை மலர்கள் என்ற நூல் வரிசையில் இது பதினோராவது புத்தகம். இம் மாலை நிறைவடைய இன்னும் ஒன்றே ஒன்று எஞ்சியிருக்கிறது. முருகன் திருவருள் அதனையும் நிறைவேற்றும் என்று நம்புகிறேன்.

கல்யாணபுரம்
மயிலாப்பூர்

20-9-55

கி. வா. ஜகந்நாதன்

ஒன்றே ஒன்று

காலையில் எழுந்தவுடன், "பால்காரன் இன்னும் வரவில்லையே!" என்று அவன் வரவை எதிர்பார்த்துக் கொண்டிருக்கிறோம். பால் வந்து காபிபோட்டுத் தந்து உண்ட பிறகுதான் நமக்கு நம்முடைய இயற்கையான நிலை வருகிறது. காபி வயிற்றுக்குள் போனபிறகு அடுத்தபடி தொழிலோ, விவசாயமோ, உத்தியோகமோ அதைப் பற்றிய கவலை வருகிறது. உத்தியோகமாக இருந்தால், மேலதிகாரியைத் திருப்திப் படுத்துவதைப் பற்றியும், அவர் நமக்குத் தந்திருக்கும் வேலையை முடிப்பதைப் பற்றியும் யோசனைகள் உண்டாகின்றன. குடும்ப காலக்ஷேபத்துக்கு வேண்டியபடி பணம் கிடைக்காமல் திண்டாடுகிறோம். வரவு செலவுகள் ஒத்து வருவதில்லை. குடும்பத்தில் ஒவ்வொரு வரையும் பற்றி நூறு கவலைகள். தொழிலாளிக்கும், விவசாயிக்கும் இப்படியே பல யோசனைகள், பல முயற்சிகள், பல கவலைகள்.

பணக்காரருக்கு இப்படி ஒன்றும் இல்லை என்று ஏழைகள் நினைக்கிறார்கள். ஏழைகளுக்கு உள்ள கவலைகள் அவர்களுக்கு இல்லையே தவிர, அவர்களுக்கென்று முத்திரை பெற்ற பல கவலைகள் இருக்கத்தான் இருக்கின்றன. ஏழை அடுத்த வேளைக்குச் சோறு இல்லையே என்று கவலைப்படுகிறான்; பணக்காரனோ போன வேளையில் சாப்பிட்ட உணவு சீரணமாகாமல் வயிற்றை வலிக்கிறதே என்று வேதனைப் படுகிறான். நமக்குக் கடன் கொடுப்பார் யாரும் இல்லையே என்று வறியவன் ஏங்குகிறான்; கொடுத்த கடன் வரவில்லையே என்று செல்வன் கவலைப்படுகிறான். கடவுள் ஏழையாகிய நமக்கு இத்தனை குழந்தைகளைக்

கொடுத்துச் சோதிக்கிறாரே என்று அவன் வருந்துகிறான்; கடவுள் நமக்கு ஒரு குழந்தை கூட அருளவில்லையே என்று இவன் ஏங்குகிறான்.

பொதுவாக உலகில் உள்ளவர்களில் யாரைக் கேட்டாலும் அவர் தமக்குக் குறைகள் இருப்பதாகவும் அவற்றால் படும் கவலைகள் பல என்றும் சொல்வார். சும்மா இருக்கிற போது அவருடைய மனத்தில் ஓடிக் கொண்டிருக்கிற எண்ணங்களைப் படத்தைப் போலக் காணும் வாய்ப்புக் கிடைத்தால், என்ன என்ன காட்சிகளைக் காணலாம். தெரியுமா? தீய எண்ணங்களும், நல்ல நினைவுகளும், பொறாமையும், திருப்தியும், சென்ற கால நிகழ்ச்சி பற்றித் துன்பமும், சிலவற்றை எண்ணி இறுமாப்பும், வருங்காலச் செயலைப் பற்றி அச்சமும், ஒருசார் நம்பிக்கையும் இப்படிக் கணக்கிட முடியாத நிழற் படங்கள் மனத்திரையில் ஓடிக் கொண்டே இருக்கும்.

தெரியாமலா வள்ளுவர்,

"ஒருபொழுதும் வாழ்வ தறியார்; கருதுப
கோடியும் அல்ல பிற"

என்று சொன்னார்?

பலபல நினைவுகளை நினைக்கும் இயல்பு இந்த மனத்துக்கே உரிமையானது. மனத்தை வாயுவினுடைய அம்ச மென்று சொல்வார்கள். வாயுவைப்போல இது எப்போதும் சலனம் அடைந்து கொண்டே இருக்கிறது. இருந்த இடத்தில் இருந்தபடியே பதினான்கு உலகங்களையும் சுற்றி விடும் வியக்கத் தக்க ஆற்றல் இதற்கு இருக்கிறது.

இதை அடக்கினால் பெறாத இன்பம் எல்லாம் பெறலாம் என்று பெரியவர்கள் சொல்லியிருக்கிறார்கள். மற்றவர்கள் செய்வதற்கரிய சித்து வேலைகளை யெல்லாம் முயன்றால் செய்து விடலாம்; ஆனால் "சிந்தையை அடக் கியே சும்மா இருக்கின்ற திறம் அரிதாம்."

"சினம் இறக்கக் கற்றாலும் சித்தியெல்லாம் பெற்றாலும் மனம் இறக்கக் கல்லார்க்கு வாய்ஏன் பராபரமே"

என்று தாயுமானவர் சொல்கிறார்.

மனத்தை இருந்தபடியே அமிழ்த்திக் கொன்று விட முடியுமா? எத்தனை காலம் அது சர்வாண்டங்களையும் தன்னுடைய ஆட்சிக்குள் அடக்கி அதிகாரம் செலுத்துகிறது! இராவணன், இந்திரஜித் என்று சொல்லுகிற ராட்சசர்கள் கூட இவ்வளவு நுட்பமாகவும் விரிவாகவும் ஆட்சிபுரிய முடியாது. இந்தப் பேயை அடக்குவது என்பது எளிய காரியமா?

ஆனால் மனத்தை அடக்கிய மகான்கள் இல்லாமற் போகவில்லை. ராட்சசனுக்குப் புரோட்சசன் போலப் பேய் மனத்தை அடக்கி அதன் ஆட்சியினின்றும் விடுதலை பெற்றவர்கள் இந்த நாட்டில் பலர் இருந்திருக்கிறார்கள்; இன்னும் இருக்கிறார்கள்; இனியும் இருப்பார்கள். மனத்தைக் கொன்று, அதைப் புதைத்துவிட்டு அந்த மயானத்திலே ஆனந்தக் கூத்தாடும் ஞானிகளை மிக அருமையாகவே பார்க்க முடியும்.

அவர்கள் மாத்திரம் எப்படி மனத்தை அடக்கினார்கள்? அவர்களும் நம்மைப் போல இருந்தவர்களே. நம்முடைய மனத்தைப் போலவே அவர்களுடைய மனங்களும் அவர்களை அலைக்கழித்துக் கொண்டிருந்தன. பிறகு முயற்சி செய்தார்கள். ஒரு வழியைத் தெரிந்து கொண்டார்கள். மனத்தை மெல்ல மெல்ல வழிக்குக் கொண்டு வந்தார்கள். இறுதியில் அதன் சேட்டையை அடக்கி ஒடுக்கிக் கிடத்தி விட்டார்கள்.

இவ்வாறு மனத்தை அடக்கினவர்களில் காரைக்கால் அம்மையார் ஒருவர். அவர் தாம் மனத்தை அடக்கிய வழியைச் சொல்கிறார். அதை வேகமாகப் பார்த்தால் தெளிவுபடாது. சிறிது நிதானமாகப் பார்க்க வேண்டும்.

மனம் கொண்டிமாடு போன்றது. கொண்டிமாடு கண்ட கண்ட இடங்களில் திரிகிறது. அயலார் வயல்களிற் சென்று பயிர்களை நாசம் பண்ணுகிறது. நம்மையே முட்ட வருகிறது. ஒரு நீளமான கயிற்றை அதன் கழுத்தில் கட்டி ஒரு புல் வெளியில் முளை ஒன்றை அடித்துக் கட்டி விடுகிறோம். அது எப்போதும் துறுதுறு வென்று இருப்ப தாதலால், கட்டிப் போட்டவுடன் அது நிற்பதில்லை. வெறி கொண்டது போல நாலுகால் பாய்ச்சலில் ஓடுகிறது. முன்பும் அது ஓடிக்கொண்டிருந்தது. ஆனால் அப்போது இன்ன திசையில்தான் அது ஓடும் என்று சொல்ல முடியாது. இப்போதும் அது ஓடுகிறது; நடுவில் உள்ள முளையைச் சுற்றி ஓடுகிறது. எவ்வளவு வேகமாக ஓடினாலும் அந்த முளையைச் சுற்றிச் சுற்றி வரவேண்டுமே ஒழிய, அதற்குப் புறம்பே போக முடியாது. வட்டமாக ஓட முடியுமேயன்றி நினைத்தபடி யெல்லாம் பாய முடியாது.

இதோடு மற்றொன்றும் நிகழ்கிறது. முளையைச் சுற்றி ஓடக் கயிறு முளையில் சுற்றிக் கொள்கிறது. அதனால் வெளியில் விட்ட கயிற்றின் நீளம் குறைகிறது; மாடு ஓட ஓடத் தன்னை அறியாமலே முளையை நெருங்கிக் கொண்டிருக்கிறது. மாட்டுக்கும் முளைக்கும் உள்ள நீளம் குறைந்து கொண்டே வருகிறது. கடைசியில் முளையும் கழுத்தும் சேரும்போது அது நகர முடியாமல் விழுந்து விடுகிறது. மாட்டுக்கு வேகம் முன்பும் இருந்தது; பின்பும் இருந்தது. ஆனால் முளையைச் சுற்றி வரும்போது இருந்த வேகம் அதனை விரைவில் செயலடங்கும்படி செய்து விடுகிறது.

மனத்தில் ஆடை, அணி, உணவு, பதவி முதலிய பலவற்றை எண்ணுகிறோம்.அது வேகமாகத் தாவுகிறது. இறைவன் என்ற முளையை அடித்து அன்பு என்னும் கயிற்றை அதன் கழுத்தில் கட்டிவிட்டால் என்ன ஆகும்? முளையை நன்றாக இறுக அடித்துவிட வேண்டும்; கயிற்றையும் பலமாகக் கட்டிவிட வேண்டும். அப்போது முன்போலவே மனம் ஆடை, அணி, உணவு முதலியவற்றை எண்ணினாலும் அவற்றிலெல்லாம் இறைவனுடைய தொடர்பும் இருந்து கொண்டே இருக்கும்.

முன்பு நண்பர்களை யெல்லாம் அழைத்துப் பல வகை உணவு சமைத்து விருந்து போட நினைக்கும் மனம், இப்போது அப்படிச் சமைத்து இறைவனுக்கு நிவேதனம் செய்து அடியார்களுக்குப் போட நினைக்கும். முன்பு சாதமாக உண்பதை எண்ணிய மனம் இப்போது பிரசாதமாக உண்ண எண்ணும். ஆடையை வாங்கி அணிந்தால் அடியாருக்கும் ஒன்று கொடுக்கச் சொல்லும்.

"நான் இது செய்தேன்" என்று முன்பு சொன்னது மாறி, 'இறைவன் திருவருளால் இதைச் செய்ய அடியேனால் முடிந்தது' என்று சொல்லச் செய்யும்.

இப்படி மனம் பல பொருள்களையும் எண்ணினாலும் அவற்றினூடே இறைவனுடைய நினைவு சுருதி போடும். துன்பம் வந்தாலும், இன்பம் வந்தாலும் அவனை நினைக்கும் நிலை உண்டாகும்.

இந்த நிலை மேலும் மேலும் வளர்ந்து வந்தால், பக்தி முறுகி இறைவனுக்கும் நமக்கும் உள்ள தூரம் குறுகிவரும். நாம் பழகும் பொருள்களையும் எண்ணும் எண்ணங்களையும் நிகழும் நிகழ்ச்சிகளையும் இறைவனோடு தொடர்புபடுத்திப் படுத்தி நினைக்கும் நிலையில் இருந்தது மாறி, முயற்சியின்றியே எல்லாவற்றையும் இறைவனுடைய தொடர் புடையனவாக உணரும் நிலைவரும். முன்பு இருந்தது நினைவுப் பழக்கம்; இப்போது இருப்பது துணிவு. அடுத்த படி இறைவனாகவே யாவற்றையும் காணும் நிலை வரும். இறைவனுடைய தொடர்புடையனவாகப் பார்க்கும் பார்வையைவிட இது நெருக்கமானது.

இந்த மூன்று நிலையையும் காரைக்காலம்மையார் சொல்கிறார்.

"நினைவுகள் பலவாகவும் அவை சாரும் பொருள்கள் பலவாகவும் இருந்த நிலையை நான் மாற்றிக் கொண்டேன். நினைவுகள் பலவானாலும் அது ஒரு பொருளைப் பற்றியே எழுந்தன."

ஒன்றே நினைந்திருந்தேன்.

"அடுத்தபடி பல நினைவுகளை மெல்ல மெல்லப்போக்கி அவற்றில் ஒன்றைத் துணிந்து அதனையன்றி மற்ற நினைவு களை அகற்றினேன்."

ஒன்றே துணிந்தொழிந்தேன்.

"பிறகு, இந்த முறுகிய சாதனத்தால் அந்த ஒன்றை என் உள்ளத்தினின்றும் போகாவண்ணம் அடைத்துப் பூட்டிட்டுவிட்டேன்."

ஒன்றேஎன் உள்ளத்தின் உள் அடைத்தேன்.

நினைத்துப் பிறகு துணிந்து பின்பு உள் அடைக்கும் படி வேறு ஏதும் இல்லையா? "இல்லை, இல்லை; அது ஒன்று தான் நினைப்பதற்குரியது; துணிவதற்குரியது; உள்ளடைப்பதற்குரியது.

ஒன்றே காண்.

அந்த ஒன்று எது?

"அடிமையாகும் செயல்."

அடிமையா? யாருக்கு அடிமை ஆவது?

'இறைவனுக்கு.'

அவனுக்கு ஆளானால் என்ன பயன் கிட்டும்?

"நாம் பண்ணும் தவம் பலிக்கும்."

அதை எப்படித் தெரிந்து கொள்வது

"பகீரதனுக்குக் கங்கையின் அருள் வேண்டியிருந்தது. அவன் பிரமனை நோக்கித் தவம் புரிந்தான். கங்கையையே நோக்கித் தவம் செய்தான். அவன் தவம் பலிக்கவில்லை, கடைசியில்

சிவபிரானை நோக்கித் தவம் செய்தான். அது தான் பலித்தது. யாருக்கு எந்தப் பொருள் வேண்டுமானாலும் அந்தப் பொருளையே நோக்கி முயல்வதால் பயன் இல்லை; தன்னை நோக்கித் தவஞ்செய்தால் யாவும் கிடைக்கும் என்பதை இறைவன் கங்காதரனாக இருந்து காட்டுகிறான்."

தவம் செய்வது என்றால் புலனடக்கம் வேண்டும். அது அவ்வளவு எளிதில் செய்யும் காரியம் அல்லவே. நாம் பாதகங்களைத் தானே செய்து கொண்டிருக்கிறோம்?

'தவம் செய்யாவிட்டாலும் அவனுடைய திருவடியைப் பற்றினால் போதும். முன்பு என்ன பாதகம் செய்திருந்தாலும் அதை மறந்து நமக்கு உயர்ந்த நிலையைத் தருவான்.'

அதற்குச் சான்று உண்டா?

"அவன் திருமுடியில் உள்ள சந்திரனே சாட்சி.அவன் தக்கயாகத்திற்குச் சென்று அராசகமான காரியம் செய்தான். காமத்தால் தவறு செய்தான். ஆயினும் தக்கயாக சங்காரத்தின் போது இறைவனுடைய திருவடித் தொடர்பு கிடைத்தது. அதன் பயனாக அவன் இறைவன் திருமுடியில் ஏறி உட்காரும் பேறு பெற்றான்."

அது ஒரு பேறா?

"அதைவிட வேறு என்ன வேண்டும்? வானில் இருக்கும் மதியும் குறைகிறது; வளர்கிறது. குறையும் போது தேய்வு உண்டாகிறது; நிறையும்போது மறு உண்டாகிறது. இறைவன் திருமுடிப்பிறைக்கோ குறைவதும் வளர்வதும் இல்லை. அதனால் தேய்வும் மறுவும் அவனுக்கு இல்லை."

அறியாமையுட் சிக்கியிருக்கும் நமக்கு இந்தப் பாக்கியம் கிடைக்குமா?

"அவனை நினைத்தால் திருவடி தோன்றும். அதைப் பற்றிக் கொள்ளலாம்; பின்பு அவன் தன் கரத்தைக் காட்டுவான். நம்

அறியாமை இருளை ஓட்டி மலமாகிய குப்பையைச் சுட்டெரிக்கும் ஞானாக்கினியை அவன் தன் திருக்கரத்திலே வைத்திருக்கிறான்."

இப்படியெல்லாம் பொருள் விரியும்படியாகத் தம்மை ஆளாகக் கொண்ட இறைவனுடைய அடையாளத்தை எடுத்துச் சொல்கிறார் அம்மையார்.

கங்கையான், திங்கட் கதிர்முடியான், பொங்கொளிசேர்
அங்கையாற்கு ஆளாம் அது.

காரைக்கால் அம்மையார் இறைவனுக்கு ஆளாக வேண்டும் என்ற ஒன்றைப் பற்றியே நினைத்தார். அவர் சிந்தனையும் கற்பனையும் அவனுக்கு அடிமையாகும் நெறியிலே படர்ந்தன.

பிறகு இப்படி அடிமைப்பட வேண்டும் என்று ஒரு வகையைத் துணிந்து பற்றிக் கொண்டார்.

இறுதியில் அவர் உள்ளத்தினின்றும் மாறாமல் இறைவனும் அவரும் ஒன்றுபட்ட ஆண்டானடிமை யிறுக்கம் உண்டாகிவிட்டது. அதைத் தவிர வேறு நாட்டமே அவருக்கு உண்டாகவில்லை.

ஒன்றே நினைந்திருந்தேன்; ஒன்றே துணிந்தொழிந் தேன்;
ஒன்றேஎன் உள்ளத்தின் உள் அடைத்தேன் - ஒன்றே காண் ;
கங்கையான், திங்கட் கதிர்முடியான், பொங்குஒளிசேர்
அங்கையாற்கு ஆள்ஆம் அது.

[ஒன்றையே பலவகையில் நினைத்திருந்தேன்; ஒன்றையே துணிந்து மற்றவற்றை நீக்கினேன்; ஒன்றையே என் உள்ளத்தி னுள்ளே மாறாமல் அடைத்து வைத்தேன். அந்த ஒன்று, கங்கா தரனும், சந்திரசேகரனும், பொங்கும் ஒளியுடைய அனலைச் சேர்த்திய அழகிய கையுடையானுமாகிய இறைவனுக்கு ஆளாகும் அந்தப் பதவி.

நினைத்தல், துணிதல், உள்ளத்து அடைத்தல் என்ற மூன்றும் மூன்று நிலைகள். ஒன்றை நினைத்தேன், வேறு ஒன்றைத் துணிந்தேன், பின்னும் ஒன்றை உள் அடைத்தேன் என்று மயங்காமல் ஒன்றே என்று ஏகாரத்தோடு சொன்னார்.

ஒன்றே அது என்று கூட்டுக. காண் : அசை. ஒளியென்றது ஆகு பெயராய்க் கனலைக் குறித்தது. அது - அப்பதவி. அந்த ஒன்றுதான் ஆளாகும் அது என்றார்.)

காரைக்காலம்மையார் அருளிச் செய்த அற்புதத் திருவந்தாதியில் வரும் 11-ஆவது பாட்டு இது.

காலை முதல் இரவு வரை

ஒரு பொருளினிடம் அன்பு வைத்துவிட்டால் அதைப் பற்றியே எப்போதும் நினைக்கத் தோன்றுகிறது. ஒருவரிடம் எல்லையற்ற பற்று உண்டானால் அவருடைய விருப்பு வெறுப்புகளை உணர்வதும், அவருடைய திருக்கோலத்தை எண்ணுவதும், அவர் பேச்சைச் சிந்திப்பதுமாகவே காலம் போகும். தான் விரும்பிய காதலனை ஓர் இளம் பெண் மணந்து கொள்கிறாள். அவன் இன்னும் அவளைத் தன் ஊருக்கு அழைத்துக் கொண்டு போகவில்லை. அவனை அவள் நேரில் காணாவிட்டாலும் எப்போதும் அவனைப் பற்றியே நினைத்துக் கொண்டிருப்பாள். அவனுடைய வடிவத்தை எண்ணி எண்ணி இன்புறுவாள். தனக்குப் புதிதாகப் பிறந்த முதற் குழந்தையைப் பார்த்துத் தாய் பூரித்துப் போகிறாள். அந்தக் குழந்தை உதயமாவதற்கு முன்பிருந்தே அவள் கற்பனை விரிகிறது; இனிப் பிறக்கப்போகும் குழந்தைக்கு இன்ன இன்ன செய்ய வேண்டும் என்று திட்டம் போட்டுக் கொள்கிறாள்.

காதல் மிக்கவர்கள் எதையாவது கண்டால் தம் காதலரோடு அப் பொருளுக்கு ஒப்புமை இருப்பதாக எண்ணி மகிழ்வார்கள். இதை, "எம் மெய்யாயினும் ஒப்புமை கோடல்" என்ற மெய்ப்பாடாகத் தொல்காப்பியம் சொல்கிறது.

இத்தகைய நிலையில் இருந்தவர் காரைக்காலம்மையார். தம்முடைய கண்ணிற் கண்ட பொருள் ஒவ்வொன்றும் அவருக்கு எம்பெருமானை நினைப்பூட்டின. எந்த நிகழ்ச்சியிலும் அவர் இறைவனைக் கண்டார்.

அன்று அவர் வானத்தையே நோக்கிக் கொண்டிருந் தார். கதிரவன் கீழ்த்திசையில் தோற்றுவது முதல், அவன் மறைந்து இருள் பரவ, இரவு மெல்ல மெல்ல அடியெடுத்து வைப்பது வரையில் கூர்ந்து கவனித்தார்.

விடியற் காலையில் கிழக்கு வெளுத்தது. கதிரவன் தோன்றினான். வானம் முழுவதும் அவனுடைய ஒளி படர்ந்தது. அந்த இளஞ் சூரியனைக் கண்கொண்டு பார்க்க முடிந்தது. கீழ்வானத்தில் வெண்மையும் லேசான செம்மையும் படர்ந்து ஒளிமயமாக இணைந்து நின்றன. அந்தக் காட்சியை நோக்கினார். "எம்பெருமான் திருமேனி இப்படித்தானே சுடர்விட்டு விளங்கும்? கண்ணால் காணும் இளஞ்சிவப்பாக, பவளத்தைப் போலத் தோற்றுவதல்லவா?" என்று அவர் எண்ணினார்

காலையே போன்றிலங்கும் மேனி

என்று பாடினார்.

கதிரவன் மெல்ல மெல்ல வானவளைவிலே ஏறினான்; உச்சி முகட்டுக்கு வந்தான். மேற்கே நிழல் படிய நின்றிருந்த பொருள்களின் உச்சியில் அவன் சுடர் வீசினான். நிழல் அவரவர்கள் அடியில் ஒளித்துக் கொண்டன. நடு நிலையில் நிற்பாருக்கு எல்லாம் புலனாவதுபோல எங்கும் அவன் சுடர்க்கரங்கள் பாய்ந்து பொருள்களைப் புலனாகச் செய்தன. இப்போது கதிரவன் வீசிய கதிரில் தூய வெள்ளொளியே பரந்தது. காரைக்காலம்மையார் இந்தக் கடும் பகலாகிய வேளையைக் கண்ணை அகல விரித்துப் பார்த்தார். வெண்மையொளி அவருக்கு இறைவனுடைய திருமேனியிலே உள்ள வெண்ணீற்றை நினைப்பூட்டியது.

கடும்பகலின்
வேலையே போன்றிலங்கும் வெண்ணீறு

என்று பாடினார்.

பின்பு மெல்ல மெல்லப் பகலவன் வான முகட்டி லிருந்து இறங்கினான். மேற்றிசையின் விளிம்புக்கு இறங்கி வந்தான். பரந்த நிலப்பரப்பைத் தன் கதிரால் அளந்து ஆட்சி புரிந்த அவனை இப்போது யாரோ போகும்படி ஆணையிட்டு விட்டார்கள். அதனால் அவனுக்குத் தீராத சினம் உண்டாகிவிட்டதோ! அவன் உருவத்தைப் பார்த்தால் ஒரே சிவப்பு. அவன் வீசிய சுடர்க்கற்றையும் குங்குமக் கீற்றுக்கள். அவற்றால் எழுந்த செவ்வொளியோ ரத்தக் குழம்பு போலச் செக்கச் செவேலென்று மேற்குத் திசையிலே படர்ந்திருக்கிறது.

மாலையின் உருவத்தை அந்தச் செக்கர் வானத்திலே அம்மையார் கண்டார். அவர் குங்குமக் குழம்பை நினைக்க வில்லை. குருதி வெள்ளத்தையும் நினைக்கவில்லை. 'எம்மெய் யாயினும் ஒப்புமை கோடும் நிலையில் இருப்பவர் அல்லவா அவர்? அவருக்கு அப்போதும் இறைவனுடைய நினைவுதான் எழுந்தது. "ஆ! எம்பெருமானுடைய சடா பாரம் இப்படித்தானே செக்கச் செவேலென்று விரிந்திருக்கும்?" என்ற எண்ணமும் அதனோடு அவர் உள்ளக்கிழியில் அப்பெருமானுடைய சடைக்கற்றையும் விரிந்தன.

மாலையின்
தாங்கு உருவே போலும் சடைக்கற்றை

என்று பாடினார்.

செக்கர் வானம் இப்போது மறைந்துவிட்டது. மெல்ல மெல்ல இருள் பரவியது. இரவு தன் ஆட்சியைத் தொடங்கியது. கன்னங்கறேலென்று மைக்குழம்பு பூசியது போல வெளியிலே இருள் செறிந்தது. ஒரு நாளாகிய காலக் கூறுபாட்டில் காலை, பகல், மாலை, இரவு என்பன உறுப்புக்கள். முன் மூன்றும் இறைவனுடைய அங்கங்களை நினைப்பூட்டின. இந்த இரவும் அப்படியே ஒன்றை நினைவுறுத்தியது. இப்போது நிறைந்து செறிந்து நிற்கும்

இருட்டு இறைவனுடைய திருக்கழுத்தில் உள்ள கறுப்பை நினைக்கச் செய்தது. அவன் இருள் மணிமிடற்றன் அல்லவா?

மற்று அவற்கு
வீங்கிருளே போலும் மிடறு.

இறைவன் காலமே உருவாக நிற்பவன். "ஞால மேபிறவேய்வை வந்துபோம், காலமே" என்று மாணிக்க வாசகர் பாடினார். காலமே இறைவன் திருவுருவமாக இருந்தால் காலத்தின் கூறுபாடுகள் அவனுடைய திருவுருவக் கூறுபாடுகளாக உள்ளவை என்று சொல்வது பொருத்தந்தானே?

காரைக்காலம்மையார் விரிந்த காலத்தையே இறைவனாகக் கண்டார். ஒவ்வொரு நாளையும் அவனாகக் கண்டார். அந்த நாளிலும் காலை, பகல், மாலை, இரவு என்ற வேளைகளில் உண்டாகும் தோற்றங்களில் இறைவனுடைய திருவுருவப் பகுதிகளைக் கண்டு களித்தார். காலை முதல் இரவு வரையில் இறைவனையே எண்ணி வாழும் வாழ்வு அம்மையார் வாழ்வு.

காலையே போன்று இலங்கும் மேனி ; கடும்பகலின்
வேலையே போன்று இலங்கும் வெண்ணீறு;- மாலையின்
தாங்கு உருவே போலும் சடைக்கற்றை; மற்றுஅவற்கு
வீங்குஇருளே போலும் மிடறு.

[அவனுக்குக் காலையைப் போல விளங்கும் திருமேனி; கடுமையான நண்பகலாகிய வேளையைப் போல விளங்கும் திரு மேனியிற் பூசிய வெண்ணீறு; மாலை தாங்கும் செவ்வுருவைப் போலத் தோற்றும் சடையின் தொகுதி மிக்க இருளைப் போலத் தோற்றும் நீலகண்டம். அவற்கு என்பதை ஒவ்வொன்றனோடும் சேர்த்துக் கொள்க. அவன் என்றது உலகறி சுட்டாய்ச் சிவபெருமானைக் குறித்தது, "அவனன்றி ஓரணுவும் அசையாது" என்பது போல. காலையே முதலியவற்றிலுள்ள ஏகாரங்கள் அசை நிலைகள். கடும்பகல்- மத்தியான்ன நேரம்; நண்பகல். கடும் பகலாகிய வேலை;

இன்: வேண்டா வழிச்சாரியை; வேலை-வேளை; சிறுபொழுது. அவற்கு - அவனுக்கு. வீங்கு - மிக்க. மற்று: அசை நிலை. மிடறு - கழுத்து.]

இது காரைக்காலம்மையார் இயற்றிய அற்புதத் திருவந்தாதியில் 65-ஆவது பாட்டு.

புன்சொல்!

இறைவனிடம் மாறாத பக்தியுடையவர் அவர். புலமையும் நிரம்பியவர். இறைவனுடைய புகழைப் பலபடியாகப் பாடிப் போற்றினார். அவர் முடியுடை மன்னர்கள் மூவரில் ஒருவர். இறைவனுக்கு அன்பர் என்பது அவருடைய முதற் சிறப்பு; அடுத்தது அவர் புலமை நிரம்பியவர் என்ற சிறப்பு: அதற்கு அடுத்தபடிதான் அவர் மணிமுடி மன்னர் என்ற சிறப்பு நிற்கும்.

சேரமான் பெருமாள் என்பது அவர் பெயர். அறுபத்து மூன்று நாயன்மார்களில் ஒருவர் ஆகையால் சேரமான் பெருமாள் நாயனார் என்று அவரை வழங்குவார்கள்.

அவரோடு சிறிது கற்பனையாக உரையாடிப் பார்க்கலாம்.

அழகான கவிகளைப் பாடுகிறீர்களே, உங்களுக்கு இப்படியெல்லாம் பாட யார் சொல்லித் தந்தார்கள்? பல பெரியவர்களுடைய தொடர்பும் நட்பும் உங்களுக்கு இருக்க வேண்டுமென்று தோன்றுகிறது. புலவர் பெருமக்களுடைய கூட்டத்தில் நீங்கள் ஒரு மணியைப் போல விளங்கியிருக்க வேண்டும்."

"இந்த எளியேனையா கேட்கிறீர்கள்? நான் பாடுவதும் ஒரு பாட்டா?"

"நல்ல தீங்கவிகளைப் பாடியிருக்கிறீர்களே !"

"தீங்கவியா! அதை நினைத்தாலே எனக்கு நகை உண்டாகிறது. நல்ல தீங்கவி! ஆனால் என் விருப்பம் என்னவோ இனிய

கவிகளாகப் பாட வேண்டும் என்பது தான். அதற்குத் தகுதி வேண்டாமா?"

"புலவர்களுடைய பாடல்களைக் கேட்ட மன்னர் நீங்கள். உங்களுக்குப் புலமை நிரம்ப இருக்கிறது."

"நான் அறிவு தெளிந்த பெரியவர்களை நாடிச் சென்று உபதேசம் பெறாதவன். எனக்குக் கவிதை பாடும் தெளிவு எப்படி வரும்? என்றாலும் தீங்கவி பாட வேண்டும் என்று ஆசையோடு பாடத் தொடங்கி விட்டேன்."

தெள்ளிய மாந்தரைச் சேர்ந்திலன்,
தீங்கவி பாடலுற்றேன்.

[அறிவு தெளிந்த மக்களைச் சேர்ந்தேன் இல்லை. ஆயினும் இனிய கவியைப் பாடத்தொடங்கினேன்.

தெள்ளிய - தெளிந்த. தீங்கவி - இனிய கவிதை]

பெரியவர்கள் எப்போதும் தம்மைக் குறைத்தே பேசிக்கொள்வார்கள். "பணியுமாம் என்றும் பெருமை" என்று திருவள்ளுவர் சொல்கிறார். சேர மன்னர், பெரும் புலவர், பல பெரியோருடைய நட்பைப் பெற்றவர் என்று அறிந்து அவரை அணுகினால், "நான் நல்லவர்களோடு சேராமல், பாட்டு மாத்திரம் பாட வேண்டும் என்று அசட்டுத் துணிவோடு தொடங்கி விட்டேன்" என்கிறார்.

சேரர் பிரானே, நீங்கள் எவ்வளவு அழகாகப் பாடி யிருக்கிறீர்கள்? சொற் சுவையும் பொருட் சுவையும் செறிந்த பாடல்கள் அல்லவா உங்கள் பாடல்கள் ?

"சொல்லாவது பொருளாவது நல்ல சொற்களை நான் தேடிச் சென்றாலும் எனக்குக் கிடைப்பதில்லையே! நல்ல பொருள் இன்னதென்று எனக்குத் தெரியாது. ஒள்ளிய சொல்லும் பொருளும். நல்ல கவிஞரைத் தேடி வந்து அடையும் என்று சொல்லுகிறார்கள். நான் அவற்றைத் தேடி ஓடுகிறேன். அவை

என் கைக்கு அகப்படுவதில்லை. அவற்றைப் பெறாமல் வருந்துகிறேன்."

ஒள்ளிய சொல்லும் பொருளும் பெறேன்.

[விளக்கமான சொற்களையும் நல்ல பொருளையும் நான் பெறேன்.

ஒள்ளிய - நல்ல; விளக்கமான. ஒள்ளிய சொல்லும் ஒள்ளிய பொருளும் என்று கூட்டிப் பொருள் செய்ய வேண்டும்.]

"மற்றப் புலவர்கள் பாடலில் உள்ள சொற் பொருளுக்குக் குறைந்தவை அல்ல, உங்கள் பாடலில் உள்ள சொற் பொருள்."

"எனக்கோ சொல்லும் தெரியாது; பொருளும் தெரியாது. ஆனாலும் பாடவேண்டும் என்ற ஆசை ஒழியவில்லை. என் செய்வது! எவ்வளவோ பெரியவர்கள் பாடியிருக்கிறார்களே, அவர்களுடைய பாடல்களிலிருந்து சொல்லையும் பொருளையும் எடுக்கலாம் என்று கூட இடையிலே ஒரு நினைப்பு வருகிறது. ஆனால் அப்படி எடுத்து வைத்துப் பாடும் பாட்டை நான் மறைவிலே வைத்துக் கொண்டு தான் பாடலாம். திருட்டுச் சொத்தை ஊரவர் காண வெளியிலே கொண்டு வந்தால் திருட்டுத்தனம் தெரிந்து விடும் அல்லவா? சொல்லையும் பொருளையும் பிறரிடமிருந்து திருடிப் பாட்டுப் பாடி வெளியில் விட்டால் மற்றவர்கள் ஒருகால் கவனிக்காமல் போகலாம். ஆனால் இந்தக் கவிகள் சும்மா இருப்பார்களா? இந்தச் சொல் இன்ன புலவருடையது, இந்தத் தொடர் இன்ன நூலில் வருவது என்று அக்கு வேறு, ஆணி வேறாகப் பிரித்து அவர்கள் என் மானத்தை வாங்கிவிட மாட்டார்களா?"

உரைத்தார் உரைத்த
கள்ளிய புக்காற் கவிகள்ஒட்டார்.

[பாடியவர்கள் பாடிய சொல்லையும் பொருளையும் திருடப் புகுந்தால், கவிஞர் அவ்வாறு செய்ய விட மாட்டார்கள்.

உரைத்தார் -தீங்கவிகளைப் பாடியவர். உரைத்த - சொன்ன சொல்லையும் பொருளையும்; வினையாலணையும் பெயர். கள்ளிய - திருட. ஒட்டார் - விட மாட்டார்கள்.]

அவர் திருடுவாரா?. ஆனாலும் ஒரு நிலையில், "நாம் ஆண்டவனைத் துதிப்பதுதானே முக்கியம்? பிறர் கொய்து தந்த மலரைக் கோத்து அணிவிப்பது போல நாமும் பிறர் தேடி வைத்திருக்கும் சொல்லையும் பொருளையும் எடுத்துப் பாடலாமே. நாம் பெரும் புலவன் என்ற சிறப்பைப் பெற வேண்டுமா? இறைவனை வாயாரப் பாடவேண்டும். அதற்கு இப்படிச் செய்யலாம்" என்று ஒரு கால் தோன்றினாலும் அதைச் செய்ய முடியாது. ஊரில் உள்ள புலவர்கள் திருட்டைக் கண்டு பிடித்துப் பழி தூற்றுவார்கள். புலவர்கள் பழிக்கும்படி ஒரு காரியத்தைச் செய்தால் அதை இறைவன்தான் ஏற்றுக்கொள்வானா?

"உங்கள் வாக்கைப்பற்றி நீங்கள் எப்படித்தான் எண்ணியிருக்கிறீர்கள்?"

"என் பாட்டு இறைவனுக்கு ஏற்றது அன்று. எத்தனையோ பெரிய பக்தர்களும் புலவர்களும் பாடிய பாடல்களைக் கேட்டுத் திருவுள்ளம் மகிழ்ந்த பெருமான் அவன். அவனுக்கு என் புன்சொல் எம்மாத்திரம்? என் கவிகள் அவனாற் கொள்ளப்பெறும் தகுதியுடையன அல்ல என்பது எனக்கு நன்றாகத் தெரியும்."

"அப்படியானால் நீங்கள் ஏன் பாடினீர்கள்?"

"ஆசையினால் பாடினேன்."

"அவற்றை இறைவன் ஏற்றுக்கொள்ள மாட்டான் என்று தெரிந்தும் ஏன் பாடினீர்கள்?"

"அப்படி இல்லை. அவன் ஏற்றுக்கொள்வதற்குரிய தகுதி இவற்றில் இல்லை என்றேனே அன்றி, அவன் ஏற்றுக்கொள்ள மாட்டான் என்று சொல்லவில்லையே!"

"இரண்டும் ஒன்றுதானே?"

'இல்லை, இல்லை; என் பாட்டுக்குத் தகுதியிருந்து அவன் ஏற்றுக்கொண்டால், அது என் பெருமையைக் காட்டும். தகுதியில்லாமல் ஏற்றுக்கொண்டால் அது அவன் கருணையைக் காட்டும். கருணை வடிவமான எம் பெருமான் என் பாட்டில் தகுதி இல்லையாயினும் ஏற்றுக் கொள்வான் என்ற நம்பிக்கை எனக்கு உண்டாயிற்று.'

"அந்த நம்பிக்கையை உண்டாக்க ஏதேனும் காரணம் உண்டா?"

"எம்பெருமான் அன்று பாற்கடலில் தோன்றிய நஞ்சை உண்டான். வேறு யாரும் உண்ணாத நஞ்சை அவன் ஏற்று உண்டான். கொடிய நஞ்சையே அமுதாக ஏற்றுக் கொண்ட இறைவன் என் கவிகளையும் என் ஆசை கருதி ஏற்றுக்கொள்வான் என்ற நம்பிக்கை எழுந்தது."

சேரமான் பெருமாள் நாயனார் இப்படியெல்லாம் நினைத்து ஒரு பாட்டுப் பாடினார், சிவ பெருமானையே பார்த்து, "நான் அறிவு தெளிந்தவர்களோடு சேர்ந்து பயிலவில்லை. நல்ல சொல்லும் பொருளும் அவர்களுடைய சேர்க்கையாலோ, நூலறிவாலோ பெறவில்லை. பிறர் வாக்கிலிருந்து எடுத்தால் கவிஞர் விடமாட்டார்கள் நான் பாடுவன் தகுதியற்ற புன் சொற்களே, ஆயினும் கடல் நஞ்சை உண்டவனே! நீ ஏற்றுக் கொண்டருள வேண்டும்" என்று பாடினார்.

தெள்ளிய மாந்தரைச் சேர்ந்திலன்;
தீங்கவி பாடல்உற்றேன்!
ஒள்ளிய சொல்லும் பொருளும்
பெறேன்; உரைத் தார்உரைத்த
கள்ளிய புக்கால் கவிகள்ஒட்
டார்; கடல் நஞ்சு அயின்றாய்!
கொள்ளிய அல்லகண் டாய் புன்சொல்;
ஆயினும் கொண்டருளே.

[அயின்றாய் - உண்டவனே! கொள்ளிய - கொள்ளத் தகுவன. புன் சொல்- பொலிவற்ற சொல்; சொல்லுக்குப் பொலிவாவன பொருட் சிறப்பும் ஓசை இனிமையும்.]

தெள்ளிய மாந்தர் என்றது சிறந்த கவிஞர்களை: "உளங்கொண்டு தெள்ளித் தெளிக்கும் பனுவற் புலவோர்" *(சகல கலாவல்லி மாலை)* என்று குமரகுருபரர் புலவரைச் சிறப்பித்துச் சொல்வார்.

சேரமான் பெருமாள் நாயனார் சொல்வது அத்தனையும் பொய் என்று இந்த அழகிய பாட்டே காட்டவில்லையா?

இது பொன்வண்ணத்தந்தாதியில் 24 -ஆம் பாட்டு.

செவிலியின் வேதனை

நேற்று இரவு எவ்வளவு நேரம் பேசிக்கொண்டிருந்தாள்! சில நாளாக ஏதோ மாதிரி இருக்கிறாளே என்று எண்ணியிருந்த எனக்கு அப்போது பெருமகிழ்ச்சி உண்டாயிற்று. மனம் விட்டுப் பேசுவதாகவே எண்ணினேன். ஊர்ச் செய்திகளைப் பேசினோம். உலகத்துச் செய்திகளைப் பேசினோம். அயலிலே உள்ள நாட்டுக்குப் போகவேண்டுமானால் இடையிலே உள்ள பாலையைக் கடக்கவேண்டும் என்று சொன்னேன். அந்த வழியைப் பற்றி விரிவாகச் சொல்லச் சொன்னாள். அவள் அவ்வழியே செல்ல நினைத்திருக்கிறாள் என்பது அப்போது எனக்குக் கொஞ்சங் கூடத் தெரியவில்லையே! ஏமாந்து போய்விட்டேனே!"

இப்படிச் செவிலித்தாய் புலம்பினாள். அந்த வீட்டில் வளர்ந்த இளம் பெண், யாருடனும் சொல்லாமல் தன் காதலனுடன் புறப்பட்டுச் சென்றுவிட்டாள். இந்தச் செய்தி அவள் உயிர்த்தோழி ஒருத்திக்குத்தான் முன்பே தெரியும். மற்றவர்கள் விடிந்த பிறகுதான் உணர்ந்தார்கள்.

அந்தப் பெண்ணும் அவளுடைய காதலனும் சில காலமாகவே யாரும் அறியாமல் சந்தித்து அளவளாவி வந்தார்கள். அறிவு, அழகு, திரு, பண்பு ஆகியவற்றால் சிறந்த காளை அவன். அவளும் அவனுக்கு ஏற்ற தகுதியுடையவள். இருவரும் மனம் ஒத்துக் காதல் புரிந்தது வியப்பன்று அவர்களுடைய காதல் ஒரு நாளைக்கு ஒருநாள் உரம்பெற்று வளர்ந்தது. மறைவாக அளவளாவுவதால் மெல்லியலாகிய அவளுக்கு அச்சம் இருந்தது. சந்திக்கும் நேரத்தைக் காட்டிலும் அவனைப் பிரிந்திருக்கும் நேரம் பெரிதாக இருந்தது. அதனாலும் அவளுக்கு வேதனை உண்டாயிற்று.

இதற்கு மாற்று என்ன? திருமணம் செய்துகொள்வது தான். பெரியவர்களை அனுப்பி அவளை மணம் பேசும்படி செய்தால் அவளுடைய தாய் தந்தையர் ஒப்புக்கொள்ளலாம்; பிறகு திருமணம் நடைபெறக்கூடும். அந்தப் பெண்ணினுடைய தோழிக்கு இந்த இருவரும் களவுக் காதல் புரிவது தெரியும். அவள் இவர்களுக்குத் துணையாக நின்று உதவி வந்தாள்.

காதலியின் தாய் தந்தையர் அவளை வேறு யாருக்கோ திருமணம் செய்து கொடுப்பதாக எண்ணியிருந்தார்கள். அதைத் தோழி அறிந்தாள். காதலன் மணம் பேச யாரை யேனும் அனுப்பினால் அவர்கள் மறுத்தாலும் மறுத்துவிடு வார்கள் என்ற ஐயம் அவளுக்கு உண்டாயிற்று உறுதி யாக அந்தப் பெண்ணை அவளுடைய காதலனுக்கு அளிப் பார்கள் என்று தெரிந்தால் மணம் பேசும்படி அந்த ஆணழகனிடம் சொல்லலாம். அந்த உறுதிதான் இல்லையே!

இந்த நிலையில் என்ன செய்வது?

அவளை யாரும் அறியாமல் காதலன் தன் ஊருக்கே அழைத்துச் சென்று அங்கே மணம் செய்துகொள்வதுதான் தக்க செயல்; நடக்கக்கூடிய காரியம்.

தோழிதான் இந்தத் தந்திரத்தைக் காதலர் இருவரிடமும் தெரிவித்தாள். காதலன் உடம்பட்டான். அந்த இளம் பெண்ணும் அவனுடன் செல்ல ஒருப்பட்டாள்.

ஒருநாள் விடியற்காலையில் காதலன் தன் காதலியை அழைத்துக் கொண்டு போய்விட்டான். காலையில் எழுந்தவுடன் தம் வீட்டில் அப்பெண்ணைக் காணாமல் யாவரும் தேடினார்கள். தோழி மெல்ல மெல்ல உண்மையை வெளியிட்டாள். அவளுடைய காதலன் இன்னான் என்பதை அறிந்து திருமணத்துக்குத் தாம் இசையாமையால் தான் அவள் அவனுடன் போனாள் என்பதை வீட்டில் உள்ளார் தெரிந்துகொண்டனர்.

செவிலி அப்போது தான் வளர்த்த பெண்ணின் பிரிவினால் வருந்தலானாள். அந்தக் கடுமையான பாலை நிலத்தில் எப்படிப் போவாள்? நடுவில் தங்கவேண்டுமானால் எங்கே தங்குவாள்? பாலை நிலத்தில் வாழ்பவர்கள் வீட்டில் விருந்தினராகத் தங்குவாளா?" என்று எண்ணி எண்ணி அங்கலாய்க்கிறாள்.

அந்த இளம் பெண், மிக்க மென்மையுடைவள்; பூம் புனத்தின் நிழலில் ஒயிலாக நடமாடும் மயில்போன்ற சாயலை உடையவள். அவள் மென்மை மயிலை ஒத்திருந்தது மட்டும் அல்ல. நீண்ட கூந்தலை விரித்துவிட்டால் மயிலாகவே தோற்றுவாள். தன் கையாலே வாரிப் பின்னி அலங்காரம் செய்திருக்கிறாள் செவிலி.

புனமயிற் சாயற் பூங்குழல் மடந்தை.

[புனம் - முல்லை நிலம். சாயல் -மென்மை. பூங்குழல்- பூவை யணிந்த கூந்தல். மடந்தை: பருவத்தைக் குறியாமல் பெண் என்னும் துணையாய் நின்றது.]

அவளுக்கு அந்த வீட்டிலே வாழப் பிடிக்கவில்லையா? நிறை செல்வம் உடைய வீடு அது. அவளுக்கு ஏதாவது குறை உண்டா? உணவினால் குறைவா? உடையால் குறைவா? அணிகளுக்குக் குறைவா? அவள் எது வேண்டுமென்று கேட்கிறாளோ அதனை உடனே வாங்கி அளித்தார்கள். மனை நிறைந்த செல்வம் இருக்கும் போது அதனை விரும்பாமல் அவள் இப்போது போய்விட்டாள்.

அவளைப் பெற்றெடுத்த தாய் இருக்கிறாள்; தந்தை இருக்கிறார். கண்ணுள் மணியைப் போலப் பாதுகாத்து வளர்த்த செவிலி இருக்கிறாள்.

பிறந்தது முதல் மார் மேலும் தோள் மேலும் வைத்து வளர்த்தவள் அந்தச் செவிலி. இன்னும் உறவினர் பலர் இருக்கிறார்கள். பல காலம் பழகி அவள் மன இயல்பு தெரிந்து அன்போடு அவளிடம் பேசியும் ஒழுகியும் வந்த

அவ்வளவு பேர் இருக்கவும், இப்போது யாரோ ஓர் அயலானுடன் போய் விட்டாள். அத்தனை பேரையும் விட அவன்தான் அவளுக்குச் சிறந்தவனாகிவிட்டான். அவனுடைய அன்பைத்தான் அவள் உணர்ந்தாளா? அயலானிடம் காதல்கொண்டு புறப்பட்டு விட்டாளே!

மனைமலி செல்வம் மகிழா ளாகி
ஏதலன் ஒருவன் காதலன் ஆக.

[இந்த வீட்டில் நிரம்பியுள்ள செல்வத்தை விரும்பாதவளாய் அயலான் ஒருவன் தன் காதலனாக - பாலை நிலம் சென்றாள் என்று சொல்ல வருகிறாள்.

மனை - வீடு. மகிழாள் - விரும்பாதவள்,ஏதலன் - அயலான்.]

அவள் போன இடம் எத்தகையது? நினைத்தாலே நெஞ்சு நடுங்கும். உள்ளும் புறமும் ஈரம் இல்லாத பாலை நிலம் அது. அதைப் பற்றிச் செவிலித்தாய் நாலு பேர் சொல்லக் கேட்கிறாள். அப்படிக் கேட்ட செய்திகள் எல்லாம் அவள் அகக் கண்ணிலே உருவெடுத்துத் தோற்றுகின்றன.

கதிரவன் இரக்கமின்றிக் காயும் நண்பகலில் அவள் அந்தக் கடும் பாலையில் போகவேண்டியிருக்குமே. நிழல் தரும் மரம் இல்லாத இடமாகையால் கோடைக்காலச் சூரியன் கொளுத்தி எரிப்பானே! தலைக்கு மேலே உச்சியில் கதிரவன் நின்று தன் சுடரை வீசுவான்; தன் கிரணங்களால் கொல்லாமல் கொல்லுவான். அப்போது அவன் வெம்மைக்குப் பயந்து நிழல்கூட அவரவர்கள் அடியின் கீழ்ப் போய் ஒளித்துக் கொள்ளுமே! எங்கே பார்த்தாலும் தரையெல்லாம் நெருப்புப் போலக் கொதிக்கும். நடப்பதற்கரிய வெம்மையையுடைய கொடுங் கானம் அது. மேலே வெயில், கீழே வெப்பம். இத்தகைய பாலையில் அவள் போகவேண்டியிருக்குமே!

விடுகூடர் நடுவு நின்று அடுதலின், நிழலும்
அடியகத்து ஒளிக்கும் ஆரழற் கானத்து.

[வீசுகின்ற சூரியனது கதிர் வானத்தின் நடுவாகிய உச்சியில் நின்று வருத்துவதனால் நிழலும் அவரவர்கள் அடியில் ஒளிக்கும் நடப்பதற்கரிய வெப்பத்தையுடைய பாலையில்.

விடு - வீசும். சுடர் - கதிர். கதிரை வீசும் சூரியன் என்றும் சொல்லலாம். நடுவு-நடு இடம். அடுதலின் - வருத்துவதனாலே. அடி- நடப்பவர்களின் அடி. ஆர் அழல்- நடப்பதற்கரிய வெம்மை; அழல் - நெருப்புப் போன்ற வெம்மை, கானம் - பாலை நிலம்.)

மேலே வெயிலும் கீழே பொடியும் சுடும் பாலையில் போவார்களுக்கு யாரேனும் துணைபுரிவார் உண்டா? தீங்கு புரியாமல் இருந்தாலே போதும். அவ்விடத்தில் வழிப் போவாரை அடித்துப் பறிக்கும் ஆறலை கள்வர்கள் வாழ்கிறார்கள். கொலைக்கு அஞ்சாத வேட்டுவர் இருக்கிறார்கள். அவர்களுடைய வேலை கொலை செய்யும் கொடுந் தொழில்தான். இந்த வெவ்வினை வேடர் உடுக்கையைத் தட்டி முழக்குவார்கள். அதை வழிப் போக்கர் கேட்டால்,"ஐயோ, நம்மை வருத்த வேடர் வருவார் போல் இருக்கிறதே!" என்று நடுங்குவார்கள். இந்த நடுக்கத்தைத் தரும் அழகான இடம் பாலை!

வெவ்வினை வேடர் துடிக்குரல் வெரீஇ
மெய்விதிர் எறியும் செவ்வித்து ஆகி.

[வெய்ய தொழிலையுடைய வேடர்களுடைய உடுக்கையின் ஒலிக்குப் பயந்து வழிப்போவார் உடம்பு நடுங்குகின்ற இயல்பை உடையதாகி.

வெவ்வினை என்றது வழிபறித்தல், அடித்தல், கொல்லுதல் முதலியவற்றை, இவை பாலை நில மாக்களாகிய வேடர்களுக்கு இயல்பு. துடி-உடுக்கை வெரீஇ - வெருவி ; அஞ்சி. மெய்- உடம்பு. விதிர் எறிதல் -நடுங்குதல். செவ்வி - இயல்பு. செவ் வித்து - இயல்புடையது.

கானத்தின் பகுதி இத்தகையது என்று சொல்கிறாள்.]

வெயிலுக்கு ஒதுங்கவும் வேடருக்கு அஞ்சி ஓடி ஒளியவும் அங்கே மரங்கள் அடர்ந்த இடம் ஏதேனும் இருக்குமா? பாலை நிலத்தில் அதற்கு இடம் இல்லை. மரங்கள் அடர்த்தியாக வளர்வதற்கு அங்கே ஈரம் ஏது? ஆனாலும் பேருக்குச் சில மரங்கள் அங்கே உண்டு. சில மரங்களில் முள் வேறு இலை வேறாக இருக்கும். இலையே முள்ளாக இருக்கும் மரம் ஒன்று இருக்கிறது; ஈச்சமரத்தின் இலை நுனி முள்தானே? முள்ளிலை ஈந்து பாலை நிலத்தில் இருக் கிறது. அது என்ன நிழலைத் தரப் போகிறது? இலவமரம் பாலை நிலத்தில் வளரும். அதன் அடி மரமெல்லாம் உலர்ந்து போய் இருக்கும். மழையில்லாத பாலையில் அது உயிர் வைத்துக் கொண்டிருப்பதே பெரிதல்லவா? விளா மரங்களும் அங்கங்கே கண்ணில் படும். இந்த மரங்கள் அடர்ந்து செறிந்து வளர்வதில்லை. இங்கொன்றும் அங் கொன்றுமாக இருக்கும். ஒரு மரத்துக்கும் மற்றொரு மரத்துக்கும் பரந்த வெளி இடையில் இருக்கும்.

முள் இலை ஈந்தும் முளிதாள் இலவமும்
வெள்ளிலும் பரந்த தெள்ளிடை மருங்கில்.

[முள்ளை நுனியிலேயுடைய இலைகளைப் பெற்ற ஈச்ச மரமும் உலர்ந்த அடிமரத்தையுடைய இலவ மரமும், விளா மரமும் அங் கொன்றும் இங்கொன்றுமாய்ப் பரவலாக வளர்ந்திருக்கும், நிழ லின்றித் தெளிந்த நடு இடத்தின் பக்கத்திலே.

ஈந்து - ஈச்சமரம். முளி - உலர்ந்த, தாள் - அடிமரம். வெள்ளில் - விளா மரம். தெள் இடை என்றது மரங்கள் நெருங்கியிராமல் இடையில் நெடு வெளி கிடக்க நிற்பதைக் குறித்தது. இடை - இடம். மருங்கில் - அருகில்.]

இத்தகைய இடத்தில் மறவர்கள் வாழ்கிறார்கள்;. தங்கள் மனைவி மக்களுடன் வாழ்கிறார்கள். அவர்கள் வாழும் வீடுகள் எப்படி இருக்கின்றன? பாலை நிலத்தில்

மாளிகையையா கட்ட முடியும்? வீட்டுத் தூண்களில் வேட்டை நாய்களைக் கட்டியிருப்பார்கள். அவை குரைத்தால் கதிகலங்கிப் போகும். அவிழ்த்து விட்டாலோ அவற்றின் வேகத்தைக் கணக்கிட முடியாது. கோபமும் அத்தகையதுதான். நீண்ட கயிற்றில் நாயைக் கட்டியிருப்பார்கள். நாய்கள் சுற்றிச் சுற்றி வந்து இழுப்பதால் கயிறு தூணை அறுக்கும். அதனால் தூண் தேய்ந்திருக்கும். மறவர் வீட்டுத் தூண் இது. இத்தகைய தூண்களுக்கு மேலே கூரை வேய்ந்த குடிசை அது.

கூரையை வேயத் தென்னங்கீற்று இருக்கிறதா? வரகு இருக்கிறதா? புல் கூடக் கரிந்து போகும். அந்தப் பாலையில் வீட்டுக்கு மேலே போட என்ன இருக்கிறது? ஆனாலும் அவர்கள் தங்கள் வீடுகளை வேய்ந்திருக்கிறார்கள்.

வேறு எவ்விடத்திலும் இத்தகைய கூரையைப் பார்க்க முடியாது. அந்தக் கூரையே அதில் வாழ்வாருடைய கொடுமையைப் புலப்படுத்தும்.

மரை என்ற பெயருள்ள மிருகம் பாலை நிலத்தில் உலவும். காட்டிலிருந்து தவறிப் போய் இங்கே வந்து விடும். மானைப் போல இருந்தாலும் அதைவிடச் சற்று முரடாக இருக்கும். அதைக் கொன்று தின்று காலம் கழிப்பவர் மறவர். அதன் தோலைத் தங்கள் திருமாளிகைக்கு மேலே கூரையாக அமைத்துக் கொள்வார்கள். மயிரையும் சீவாமல் அப்படியப்படியே போட்டு விடுவார்கள். அவர்கள் குடிசைக்கு மேலே மயிர் சீவாத தோல் கிடக்கும்.

கடுங்குரற் கதநாய் நெடுந்தொடர் பிணித்துப்
பாசம் தின்ற தேய்கால் உம்பர்
மரை அதள் மேய்ந்த மயிர்ப்புன் குரம்பை.

[கடுமையான குரலையும் விரைவையும் உடைய நாயைக் கட்டும் நீண்ட கயிற்றைப் பிணித்து அந்தக் கயிறு தின்றதனால் தேய்ந்த கால்களுக்கு மேலே மரையின் தோலை வேய்ந்த மயிரோடு கூடிய பொலிவற்ற குடிசையில்.

கதநாய் - விரைவான நாய்; கதம் - கோபம் என்றும் கொள்ளலாம். நெடுந்தொடர் - நீண்ட கயிறு. பிணித்து - கட்டி. பாசம் - கயிறு. தின்ற - அறுத்த, தேய்கால் - தேய்ந்த தூணுக்கு. உம்பர் - மேலே. அதள் -தோல். புன்குரம்பை - புல்லிய குடிசை, புன்மை- பொலிவின்மை.)

தன் காதலனுடன் சென்ற இளம் பெண் பாலை நிலத்தில் இரவுக் காலத்தில் தங்கிப் போக வேண்டுமே. இந்த மயிர்ப்புன் குரம்பையில்தான் தங்கும்படி நேரும். அங்கே அவளை வரவேற்று உபசரிக்க யார் இருக்கிறார்கள் ? மறக்குல மகளிர் இருப்பார்கள்.

நரைத்த தலையும் ஒன்றும் தின்னாமையால் ஈரப்பசை யற்று வெளுத்துப் போன வாயும் உடைய மறத்தியர் வீட்டில் அவள் விருந்தாகத் தங்குவாள் என்ன கொடுமை! அச்சத்தைத் தரும் பாலை நிலத்தில், நினைத்தாலே அருவருப்பை உண்டாக்கும் குரம்பையில், நரைத்த தலையும் வெளுத்த வாயும் உடைய மறத்தியருக்கு விருந்தினளாகப் போனால் அவருக்கு என்ன விருந்து கிடைக்கும். அந்தோ! அவள் அந்த நிலையிலா இருப்பாள்?

விரிநரைக் கூந்தல் வெள்வாய் மறத்தியர்
விருந்தா யினள்கொல் தானே?

[வாராமல் விரித்திருக்கின்ற நரையையுடைய கூந்தலையும் உண்ணாத வெறும் வாயையும் உடைய மறக்குலப் பெண்களுக்கு விருந்தினள் ஆனாளோ?

விரி யென்றது பரட்டையைக் குறித்தது. வெண்மை - வெறுமை; உண்ணாது வறிதே இருக்கும் தன்மை. மறத்தியர் - வேடர் குல மகளிர். விருந்து - விருந்தினள்.]

மறுபடியும் அந்தப் பெண்ணின் உருவமும் இயல்புகளும் நினைவுக்கு வருகின்றன. அழகு நிரம்பிய அந்தப் பெண் அழகற்ற அழுக்கு நிறைந்த குடிசையில் தங்குவதா? "கடவுளே! ஆரூர்ப் பெருமானே! இது என்ன கூத்து!" என்று

செவிலித்தாய் எண்ணினாள். அவள் திருவாரூர்த் தியாகராசப் பெருமானிடத்தில் மிக்க அன்பு பூண்டவள். எதை நினைத்தாலும் அந்த நினைவு ஆரூர்ப் பெருமானோடு வந்து எப்படியாவது ஒட்டிக் கொள்ளும். இப்போதும் அப்படியே ஆயிற்று.

தன் பெண்ணின் அழகை எண்ணிப் பார்த்தாள். 'பாலை நிலத்தில் நடக்கும் அடியா அது? சின்ன அடி அல்லவா? கமலம் போன்ற அடி அல்லவா? வயலிலே தளதளவென்று வளர்ந்த கமலம் எவ்வளவு அழகாக, மென்மையாக, தண்மையாக இருக்கும்! அப்படி இருக்கும் அடியை யுடையவள் என் மகள்!'

கமலத்தை எண்ணியபோது அவளுக்கு மற்ற ஊர் வயல் நினைவுக்கு வரவில்லை. திருவாரூருக்குப் போய்ச் சுவாமி தரிசனம் செய்து கொண்டபோது அந்த ஊரின் அழகையெல்லாம் பார்த்து மகிழ்ந்திருக்கிறாள். அங்குள்ள வயல்களையும் அவற்றில் மலர்ந்த கமலங்களையும் கண்டிருக்கிறாள். இப்போது அந்தக் கமலம் நினைவுக்கு வந்தது. திருவாரூருக்குக் கமலாலயம் என்பது ஒரு பெயர். கமலத்தில் வாழும் திருமகள் தங்கித் தவம் செய்த தலம் அது. ஆதலின் அந்த ஊர்க்கமலம் சிறப்புடையது அல்லவா?

திருவாரூரில் அவளுக்கு அன்பு உண்டாவதற்குக் காரணம் அதனுடைய நிலவளம் அன்று. அங்கே இறைவன் எழுந்தருளியிருப்பதனால்தான் அவளுக்கு அன்பு உண்டா யிற்று. அப்பெருமானுடைய நினைவு இப்போது எழுவது இயல்புதானே? தன் மகளை ஆண்டவன் காப்பாற்ற வேண்டும் என்ற நினைப்பு எழ, அதனோடு தொடர்ந்து அவனது ஆரூரும் அதில் உள்ள கமலமும் நினைவுக்குவர, தன் பெண்ணின் அடியை நினைத்த நினைப்போடு அது இணைந்து கொண்டது.

ஆரூர்ப் பெருமான் அருள் இருந்தால் எல்லாத் துன்பங்களையும் போக்கிக் கொள்ளலாம். துன்பத்தில்

எல்லாம் பெரிய துன்பம் மரணத் துன்பம். மரணத்தை உண்டாக்கு பவன் கூற்றுவன். அவனுடைய ஆற்றலைச் செற்றவன் ஆரூர் அண்ணல். அவன் வாழும் ஆரூரில் வயலில் மலரும் கமலத்தைப் போன்ற சிறிய அடியை உடையவள் அவளுடைய பெண்.

பாலை நிலத்தை நினைக்கையில் அந்தப் பெண்ணின் சிறிய அழகிய அடியும் நினைவுக்கு வந்து துன்புறுத்தியது. வெள்வாய் மறத்தியரை எண்ணியபோது தன் மகளின் செவ்வாய் நினைவுக்கு வந்தது. "என் பெண் கொவ்வைப் பழம் போன்ற சிவந்த வாயுடையவள் ஆயிற்றே!" என்று எண்ணினாள். வாய் நினைவுக்கு வந்தவுடன் அவளுடைய சொல்லினிமையும் தொடர்ந்து வந்தது. "குயில் கூவுவதைப் போலப் பேசுவாளே!" என்று நினைத்து ஏங்கினாள்

அவள் உருவம் முழுவதும் மென்மையானது. ஆரூர்ச் செய்யில் வளரும் கமலம் போன்ற சிறிய அடியும் கொவ்வைச் செவ்வாயும் குயில்மொழியும் உடைய பூங்கொடி அவள்.

கூற்றெனப் பெயரிய கொடுந்தொழில் ஒருவன்
ஆற்றல் செற்ற அண்ணல் ஆரூர்ச்
செய்வளர் கமலச் சீறடி
கொவ்வைச் செவ்வாய்க் குயில்மொழிக் கொடியே.

[திருத்தமில்லாத கூற்று எனப் பெயர் பெற்ற கொடிய தொழிலையுடைய ஒருவனது ஆற்றலை அழித்த இறைவனுக்குரிய திருவாரூரில் உள்ள வயல்களில் வளரும் தாமரையைப் போன்ற சிறிய அடியையும், கோவைக் கனியைப் போன்ற சிவந்த வாயையும், குயிலின் குரலைப் போன்ற மொழியையும் உடைய பூங்கொடியைப் போன்றவள்.

திருந்தா - திருந்தாத; கொடுமையை உடைய. கூற்று - யமன். பெயரிய - பெயர்பெற்ற. கொடுந்தொழில் என்றது உயிரைப் பிரிக்கும் செயலை. செற்ற-அழித்த. அண்ணல் -பெருமையை

யுடையவன்; இறைவன். செய்-வயல். சீறடி - சிறு அடி. கொடி - கொடியைப் போன்ற மென்மையை உடையவள்.]

இவ்வளவு அழகும் மென்மையும் உடையவள் அன்புடைய உறவினர்களையும் செல்வம் நிரம்பிய வீட்டையும் விட்டு, அயலான் ஒருவனோடு நிழலற்ற பாலைவனத்தில் மரச்செறிவில்லாத வெளியில் உள்ள அழகற்ற வேடர் குடிசையில் மறத்தியருக்கு விருந்தினள் ஆனாளோ?" என்று செவிலி எண்ணி வேதனைப்படுகிறாள்.

புனமயிற் சாயற் பூங்குழல் மடந்தை
மனைமலி செல்வம் மகிழாள் ஆகி
ஏதலன் ஒருவன் காதலன் ஆக,
விடுசுடர் நடுவு நின்று அடுதலின் நிழலும்
அடியகத்து ஒளிக்கும் ஆரழற் கானத்து,
வெவ்வினை வேடர் துடிக்குரல் வெரீ இ
மெய்விதிர் எறியும் செவ்வித்து ஆகி
முள்இலை ஈந்தும் முளிதாள் இலவமும்
வெள்ளிலும் பரந்த தெள்ளிடை மருங்கில்,
கடுங்குரற் கதநாய் நெடுந்தொடர் பிணித்துப்
பாசம் தின்ற தேய்கால் உம்பர்
மரைஅதள் மேய்ந்த மயிர்ப்புன் குரம்பை
விரிதரைக் கூந்தல் வெள்வாய் மறத்தியர்
விருந்துஆயினள்கொல் தானே,திருந்தாக்
கூற்று எனப் பெயரிய கொடுந்தொழில் ஒருவன்
ஆற்றல் செற்ற அண்ணல் ஆரூர்ச்
செய்வளர் கமலச் சீறடிக்
கொவ்வைச் செவ்வாய்க் குயில்மொழிக் கொடியே!

[மடந்தை, கொடி, கானத்து மருங்கில் குரம்பையில் மறத்தியர் விருந்து ஆயினள்கொல் என்று கூட்டுக. மகிழாள் ஆகி, ஆக, ஆயினள் கொல் என்று வினைமுடிவு செய்க.]

இது அகனைந்திணையில் பாலைத்திணையில் வந்த செய்யுள் சார்த்து வகையால் பாட்டுடைத் தலைவனாகிய ஆரூர்

அண்ணலின் சிறப்பை இணைத்திருக்கிறார் ஆசிரியர். உடன் போக்கின்பின் செவிலி தலைவியை நினைந்து இரங்கியது என்பது இதன் துறை.

ஆரழற்கானம் என்று பாலை நிலமும், விடுசுடர் நடுவு நின்றடுதலின் என்பதால் பாலைக்குரிய பெரும் பொழுதாகிய வேனிலும் சிறுபொழுதாகிய நண்பகலும் வந்தன. இவை முதற்பொருள். ஈந்து, இலவம், வெள்ளில் என்னும் மரங்களும், கதநாய், மரை ஆகிய விலங்குகளும், துடியாகிய பறையும், வேடர், மறத்தியர் என்ற மக்களும் பாலைநிலத்துக்குரிய கருப்பொருள்கள், பிரிவாகிய உரிப் பொருள் அமைந்த பாட்டு இது.

இது சேரமான் பெருமாள் நாயனார் பாடிய திருவாரூர் மும்மணிக் கோவையில் உள்ள 13-ஆவது பாடல்.

குளிர்ந்த இடம்

பெரிய சோம்பேறி அவன்; எப்படியோ வந்து அந்தக் குடும்பத்தில் ஒட்டிக் கொண்டான். அவன் எப்படி வந்தான், ஏன் ஏற்றுக்கொண்டார்கள் என்பவற்றைச் சொல்லக்கூட முடியாது. அவனுடைய அதிருஷ்டமோ, இவர்களுடைய துரதிருஷ்டமோ அவனுக்கு இங்கே புகலிடம் கிடைத்தது. அவனைச் சோம்பேறியென்று முதலில் நினைக்கத் தோன்றியது. ஆனால் வரவர அவன் பொல்லாதவன் என்று தெரிந்தது. அவனால் லாபம் ஒன்றும் இல்லா விட்டாலும் ஒவ்வொரு நாளும் புதிய புதிய தொல்லை விளைந்தது. போதாக் குறைக்கு வேறு சில தோழர்களையும் அவன் அழைத்துக் கொண்டு வந்துவிட்டான். எல்லோரும் மிக்க உரிமையுடையவர்கள் போல இந்தக் குடும்பத்தின் வருவாயில் பங்கு கொண்டு வாழத் தலைப்பட்டனர்.

குடும்பத் தலைவன் அப்பாவி. "இதுவும் நம்முடைய தலையெழுத்து" என்று எண்ணி அந்த அயோக்கியக் கூட்டத்தார் கொடுத்து வரும் அல்லல்களைச் சகித்துக் கொண்டு வந்தான். வரவர அவர்களால் விளையும் துன்பம் கணக்குக்கு மிஞ்சி விட்டது. உடன் பிறந்தவர்களைப் போல உரிமை பாராட்டும் அந்தக் கயவர்களை விட்டு நீங்கினால் நல்லது என்ற உணர்வு மெல்லக் குடும்பத் தலைவனுக்கு உண்டாயிற்று. அப்படிச் செய்ய எளிதில் மனம் வரவில்லை. அவர்களுடன் நெடு நாள் பழகிய பழக்கத்துக்கு அவன் அடிமையாகி விட்டான்."இவர்களுடைய தொல்லையினின்றும் எப்போது விடுபடுவோம்!" என்று பல சமயங்களில் ஏங்கினாலும், "நம்மை விட்டால் இவர்களுக்குப் போக்கு எங்கே?" என்ற இரக்கமும் சில சமயம் உண்டாகும்.

அவர்களுடைய தீச் செயல்களினால் வரும் துன்பங்களைச் சகித்துத் கொண்டிருந்த நிலையில் முதலில் இருந்தான். அத் துன்பங்கள் மிகுதியாக உறைக்கவே அவற்றி னின்றும் விடுதலை பெறவேண்டும் என்ற உணர்வு உண்டாயிற்று. இது இரண்டாவது நிலை. இந்த நிலையில், பல காலம் உடன் இருப்பவர்களாயிற்றே என்ற நினைவு தடையாக இருந்தது. ஆயினும் துன்பத்தினின்றும் நீங்கவேண்டும் என்ற நினைவு முறுக முறுக, அதற்கு வழி என்ன என்ற ஆராய்ச்சி தலைப்பட்டது. "இந்த ஊரிலே நாம் வாழாமல் இவர்களை விட்டு விட்டு வேறு ஊருக்குப் போய் விடுவோம்" என்ற யோசனை உண்டாயிற்று. இது மூன்றாவது நிலை. "எங்கே போவது? பழக்கம் இல்லாத இடத்தில் மீட்டும் யாரேனும் வந்துவிட்டால் என்ன செய்வது?" என்ற ஐயங்கள் இப்போது எழுந்து கலக்கத்தை உண்டாக்கின. அவற்றை ஒருவாறு புறக்கணித்துத் தெளிவு பெற்றான். "எங்கே சென்றால் இத்தகைய கூட்டத்தினரின் தொடர்பு இல்லாமல் இருக்கலாம்?" என்ற எண்ணம் வர வர வலிவடைந்தது. பலரைக் கேட்டான். கடைசியில் ஓர் ஊரைத் தெரிந்து கொண்டான். அங்கே சென்றுவிட்டால் இராதென்றும், இன்பம் உண்டாகும் என்றும் கேள்வியுற்றான். மீட்டும் மீட்டும் அந்த ஊரைப் பற்றி விசாரித்துப் பல செய்திகளைத் தெரிந்துகொண்டான்.

எந்த எந்த ஊரிலிருந்தோ நல்லவர்கள் பலர் வந்து தங்கும் ஊர் அது என்பதை அவன் அறிந்தான். பிறருடைய துன்பமாகிய வெப்பத்தைப் போக்கும் மேகத்தைப் போன்ற அன்பர்கள் அந்த ஊரில் வந்து திரண்டு வாழ்கிறார்கள் என்று தெரிய வந்தது.

ஊர் உயர்ந்தது; நல்ல காற்றும் நீரும் உடையது. அங்கே செல்வது என்று உறுதி பூண்டு விட்டான். தான் போய்ப் புக வேண்டிய ஊர் இன்னதென்று நிச்சயம் செய்து கொண்ட நிலை நான்காவது. இப்போது அவனுடைய உள்ளத்தில் ஓர் எண்ணம் தோன்றியது. "நாம் துன்பம் இல்லாத இடம் ஒன்றைப் பார்த்துக் கொண்டோம். இதுவரையில் நம்முடன்

வாழ்ந்தவர்களுக்கும் ஏதாவது இடம் கிடைத்தால் நல்லது" என்ற கருணைதான் அது. "நம்மால் இடம் பார்த்துக் கொடுக்க முடியாது. அவர்களாகப் பார்த்துக் கொள்ளட்டும். வேறு இடத்திலும் இவர்களால் துன்பந்தானே உண்டாகும்? நாம் ஓர் இடத்தைக் காட்ட இவர்கள் அங்கே போனால், அங்குள்ளவர்கள் படும் துன்பத்துக்கு நாமே ஒரு வகையில் காரணமாகி விடுவோம். அந்தப் பாவத்தை நாம் ஏன் கட்டிக் கொள்ளவேண்டும்?" என்றெல்லாம் அவனுடைய எண்ணங்கள் விரிந்தன. "எப்படிப் போனால் என்ன? நாம் நமக்குப் பாதுகாப்பான இடம் ஒன்றைப் பார்த்துக் கொண்டோம். இனி அவர்கள் தங்களுக்கு ஏற்ற இடத்தைப் பார்த்துக் கொள்ளட்டும்" என்று முடிவு செய்துகொண்டான்.

கடைசியாக அவர்களைப் பார்த்து இரக்கத்தினால் ஒரு வார்த்தை சொன்னான். "நீங்கள் உங்களுக்கு ஏற்ற இடத்தை நாடிக்கொண்டு புறப்படுங்கள். நான் வேறு ஊருக்குப் போகிறேன். இனி எனக்கும் உங்களுக்கும் தொடர்பில்லை" என்று தைரியமாகச் சொன்னான்.

நமக்கு இவ்வுலக வாழ்வில் எத்தனையோ வகையான துன்பங்கள் உண்டாகின்றன. அவற்றை மூன்று வகையாகத் தொகுத்துச் சொல்வார்கள். தாபத்திரயம் அல்லது மூவகைத் துன்பங்கள் என்று வழங்குவார்கள்.

உயிர்களால் வருவன, தெய்வத்தால் வருவன, பிற பொருள்களால் வருவன என்பன அவை. அவற்றை ஆத்யாத்மிகம், ஆதிதைவிகம், ஆதி பௌதிகம் என்று பெயரிட்டுக் கூறுவர். ஒருவன் நம்மை அடிக்கிறான்; நாய் நம்மைக் கடிக்கிறது. இவற்றால் வரும் துன்பத்தைப் போன்றவை ஆதி யாத்மிகம். திடீரென்று நோய் வருதலைப் போன்றன ஆதி தைவிகம். கல்லில் கால் இடறுகிறது; தீயினால் புண் உண்டாகிறது. இத்தகையவை ஆதி பௌதிகம். இந்தத் துன்பங்கள் உயிர்களை வருத்துவதனால் தாபம் என்ற பெயரைப் பெற்றன. மூன்று தாபங்களாலும்

துன்புறுகிறவனுக்கு இறைவனுடைய திருவருள் கிடைத்தால் அவை நீங்கும்.

இறைவன் எழுந்தருளியிருக்கும் திருக்காளத்தியில் ஒருவருக்கு அன்பு உண்டாயிற்று. திருக்காளத்திக்குப் போய் நம்முடைய தாபத்திரயங்களினின்றும் விடுதலை பெற வேண்டும் என்ற துணிவின் மேல் புறப்பட்டு விட்டார். அப்போது, அது காறும் தம்மை வருத்திய துன்பங்களை நோக்கி, "துன்பங்களே! நீங்கள் இனிமேல் வேறிடம் பார்த்துக் கொள்ளுங்கள். நாம் காளத்தி காணத் தீர்மானித்துவிட்டோம்" என்கிறார்.

நக்கீரர் என்னும் புலவர் இந்த முறையில் ஒரு பாட்டுப் பாடுகிறார்.

துன்பங்களைப் பார்த்து மரியாதையாகப் பேசுகிறார். "தாபத்திரயமான சகோதரர்களே!" என்பது போல அழைக்கிறார்.

இடரீர்!

[இடர் - துன்பம். அவற்றை உயர்திணையைப் போல வைத்து இடரீர் என்றார். இடரார் என்பதன் விளி இது.]

"இதுவரைக்கும் என்னிடம் நீங்கள் வாழ்ந்தீர்கள். நானும் இடம் கொடுத்தேன். இனிமேல் அப்படி இருக்க வொண்ணாது. உங்களுக்கு ஏற்ற இடம் ஒன்றைத் தேடிக் கொண்டு சரியான காலத்தில் போய்விடுங்கள்."

உமக்குஓர் இடம் நாடிக் கொண்டு
நடவீரோ, காலத்தால்.

[உமக்கு ஏற்ற ஓர் இடத்தைத் தேடிக்கொண்டு சரியான காலத்தில் புறப்பட்டு விடுங்கள். காலத்தால் நடவீர் என்க. நடவீரோ: ஓ, அசை நிலை. நடக்க மாட்டீர்களா என்று வினாவாகவும் கொள்ளலாம்.]

"சீக்கிரமே புறப்பட்டுவிடுங்கள். இல்லாவிட்டால் நெட்டித் தள்ளி விடுவேன்" என்று கூறுவதுபோல் தொனிக்கிறது. "நடவீரோ காலத்தால்" என்ற தொடர். இறைவனை நாடிப் பற்றிக் கொண்டதனால் அவருக்கு அத்தனை உறுதி பிறந்துவிட்டது. அது காறும் தம்மை அடிமை கொண்ட இடர்களைப் பார்த்து, நாயை ஓட்டுவது போல ஓட்டுகிறார்.

"நீங்கள் எங்களை விட்டு எப்படி வாழ்வீர்கள்? எங்கே போகப் போகிறீர்கள்?" என்று துன்பங்கள் கேட்காவிட்டாலும் கேட்டதாகப் பாவித்துச் சொல்கிறார்.

"அதைப் பற்றி உங்களுக்குக் கவலை வேண்டாம். உங்களால் நான் பட்ட துன்பம் போதும். என்னை வதக்கி யெடுத்து விட்டீர்களே! வெப்பு நோய் உடம்புக்குத்தான் வரும் என்பார்கள்.

உங்களால் நான் அடைந்த வெப்பம் உடம்பைப் பற்றியது; உள்ளத்தைப் பற்றியது; உயிரையும் பற்றிவிட்டது. இந்தத் தாபம் நீங்க வேண்டுமே என்று ஏங்கினேன். நான் போகும் இடம் தாபம் நீங்குவதற்கு ஏற்ற இடம். கடலிலே உள்ள நீர் எவ்வளவு மிகுதியாக இருந்தாலும் பயன்படுவதில்லை. அங்கே உண்டாகிறது மேகம். அந்த மேகம் மெல்ல மெல்ல எழுந்து வானை அளந்து சென்று, எங்கே தங்கலாம் என்று நாடி வருகிறது. நான் செல்லும் இடமாகிய காளத்தி மலையில் அது வந்து தங்குகிறது. அங்கே எவ்வளவு குளிர்ச்சியாக இருக்கும்! மேகம் இருந்தாலே போதும், தண்மை உண்டாக. மேகம் சும்மா இருக்குமா? அது நிச்சயமாக மழை பெய்யும். அதனால் என் வெப்பமெல்லாம் தீரும். இந்த மழை மாத்திரமா ? இறைவனுடைய அருள் மழை பொழியும் இடமும் அதுதான்."

நாங்கள் - கடல்வாய்க்
கருப்பட்டுஓங்கு ஒண்முகில்சேர் காளத்தி காண
ஒருப்பட்டோம் கண்டீர் உணர்ந்து.

[நாங்கள், இந்தத் தாபம் தீர வழி என்ன என்று ஆராய்ந்து அவ்வழியை உணர்ந்து, கடலினிடத்தில் கருவாகித் தோன்றி மேலே சென்ற நல்ல மேகங்கள் வந்து சேரும் திருக்காளத்தியைத் தரிசிக்க முடிவு செய்தோம். இதை அறிந்து கொள்ளுங்கள்.

கடல்வாய் - கடலில். கருப்பட்டு -கருவாகி; தோன்றி. ஓங்கு - வானத்தில் உயர்ந்து செல்லும். ஒண்மை, இங்கே நன்மை. முகில் - மேகம். ஒருப்பட்டோம் - ஒருங்கே தீர்மானித்தோம். கண்டீர் - உணருங்கள். உணர்ந்து - இதுதான் வழியென்று தெரிந்து கொண்டு, உணர்ந்து ஒருப்பட்டோம்.]

தம்மோடு சார்ந்த அடியார்களையும் அழைத்துக் கொண்டு புறப்படும் நிலையில் சொல்வது போல அமைந்திருக்கிறது பாட்டு. துன்பம் நீங்கும் இடம் என்பதைக் குறிப்பால் புலப்படுத்த முகில் சேர் காளத்தி என்றார்.

மனிதன் விடுகின்ற மூச்சு வானில் கலந்து வெப்பத்தை உண்டாக்குகிறது. அவன் பேச்சு வெளியில் கலந்து பரவுகிறது. வானொலியினால் இந்த உண்மை புலனாகிறது. அமெரிக்காவில் ஒருவர் பேசும் பேச்சை இங்கிருந்தபடியே கேட்கிறோம்.கேட்பதற்குரிய கருவிகளை விஞ்ஞானத்தால் பெற்றிருக்கிறோம். பேச்சின் ஒலியலைகள் எப்போதும் பரவிக் கொண்டே இருக்கின்றன. அதைப் பற்றி நம் காதுக்குக் கேட்கும்படி விஞ்ஞானம் செய்கிறதேயன்றி, ரேடியோவைக் கண்டுபிடித்த பிறகுதான் ஒலியலைகள் படர்கின்றன என்று சொல்ல இயலாது.

இப்படியே, ஒருவன் எண்ணும் எண்ண அலைகளும் பரவுகின்றன. அந்த எண்ணம் வலிமையுடையதாக இருந்தால் அது மற்றவர்களைப் பாதிக்கின்றது. பலர் கூடி நல்ல எண்ணங்களை எண்ணினால் அவ்விடத்தில் குளிர்ந்த எண்ண அலைகள் எழுகின்றன. அவை திரண்டு நிற்கின்ற அந்தச் சூழ்நிலையில் யார் வந்தாலும் அமைதி உண்டாகிறது. அந்தத்

தண்மை மேல் எழுந்து மேகத்தைச் சார்ந்து மழையைப் பொழிவிக்கிறது.

நல்லவர்கள் உள்ள இடத்தில் மழை பொழியும் என்ற நம்பிக்கை வெறும் குருட்டு நம்பிக்கை அன்று. நல்லவர்கள் உள்ளத்தில் அன்பு பொங்கி வழியும். அதன் அலைகள் தண்மையாகப் படரும். அவர்களைச் சார்பவர்களும் அவர்களைப் போலவே அன்பர்களாக இருப்பார்கள். அவர்களுடைய எண்ணங்களும் அலை பாய்ந்து தண்மையை உண்டாக்கும். இந்தத் தண்மை மிகுதி ஆக ஆகச் சுற்றிலும் தண்மை விரவும்; மழை உண்டாகும்.

எண்ணத்தினால் தண்மையும் வெம்மையும் உண்டாவதை நாம் நம் அநுபவத்தில் உணரலாம். நமக்குச் சினம் உண்டானால் நரம்புகளில் படபடப்பும் அதனால் உடம்பில் வெப்பமும் உண்டாகின்றன. சினங் கொண்டவனைக் கொதித்தெழுந்தான் என்று அவன் உடம்பில் வெப்பம் உண்டாகும் என்ற குறிப்பும் இருக்கிறது. சாந்தமாக இருக்கும் போது முகத்தில் ஒளி படர்கிறது. உள்ளம் கனமின்றி லேசாக இருக்கிறது. உடம்பு குளிர்கிறது. இது நாம் அனுபவத்தில் அறிந்தது.

அன்பு என்பது எல்லாவற்றினும் சிறந்த பண்பு, இறைவனிடம் வைக்கும் அன்பு அன்பு வகைகளிற் சிறந்தது. அது தண்மையான இயல்பு. அன்பர்கள் திரளாகக் கூடும் இடத்தில் தண்மைச் சூழ்நிலை உண்டாகும்.

காளத்தி இறைவன் எழுந்தருளியிருக்கும் இடம்; அவனுடைய அருளை நாடி அன்பர்கள் திரளாக வந்து கூடும் இடம்; உயிர்கள் யாவும் வாழ வேண்டும் என்ற தண்ணிய எண்ணம் எல்லோருக்கும் எழும் இடம். இயற்கையாகவே மலை உள்ள இடம் அது. அதோடு அன்பர்களின் கூட்டத்தால் விளையும் தண்மையும் சேர்கிறது. அத்தகைய இடத்தில் மேகங்கள் வந்து தங்கி மழை பொழிவதில் தடை என்ன? அந்த மழை நிலத்தின் வெப்பத்தை மாற்றிக் குளிர்விக்கிறது.

அங்கே நிலவும் அன்புத் தண்மை இறைவனாகிய மேகத்தினின்றும் அருள் மழை பொழியும் படி செய்கிறது. துன்பமாகிய வெம்மையிலே வதங்கியவர்களுக்குத் தாபத்திரங்களினின்றும் விடுதலை பெற்றுச் சாந்தி பெற இதைக் காட்டிலும் சிறந்த இடம் இல்லை யென்றே நக்கீரருக்குத் தோன்றியது.

நக்கீரர் இறைவனுடைய நெற்றிக் கண்ணால் வெதுப் புண்டு தொழு நோய் பெற்று வாடினார். அவர் இறைவன் ஆணைப்படி திருக்காளத்திக்கு வந்து அந்த நோய் நீங்கப் பெற்றார் என்பது புராணக் கதை. அவர் வெப்பு நீங்கிய இடம் இது என்பது அந்தக் கதையில் குறிப்பிக்கப் பெறு கிறது.

இடரீர்! உமக்குஓர் இடம் நாடிக் கொண்டு
நடவீரோ, காலத்தால்; நாங்கள் - கடல்வாய்க்
கருப்பட்டு ஓங்கு ஒண்முகில்சேர் காளத்தி காண
ஒருப்பட்டோம் கண்டீர், உணர்ந்து.

இது கயிலைபாதி காளத்திபாதி அந்தாதி என்ற நூலில் உள்ள 44-ஆம் பாடல்.

யமனது எச்சரிக்கை

உலகில் பிறந்தவர்கள் யாவரும் இறந்துபோவார்கள். உடம்பைக் காய கற்பத்தால் நீண்ட காலம் உறுதியாக இருக்கும்படி செய்து வாழ்கிறவர்களும் ஏதேனும் ஒரு நாள் இறந்தே போவார்கள். இந்த உலகமே ஒரு காலத்தில் உருக்குலைந்து அழியும் என்றால், ஐம்பூதங்களின் சேர்க்கையால் உண்டான உடம்பு எப்போதுமே அழியாமல் இருக்கும் என்று சொல்லலாமா?

உயிரும் உடம்பும் கூடித் தோன்றுவதைப் பிறப்பு என்றும், உடம்பினின்றும் உயிர் பிரிவதை இறப்பு என்றும் சொல்கிறோம். உடம்பையும் உயிரையும் ஒன்று சேர்க்கும் வேலையைச் செய்கிறவன் பிரமன். ஒரு தனித்தலைவனாகிய இறைவன் ஆணையினால் எல்லாம் நிகழுமானாலும், அந்த ஆணையின் கருவிகளாக நின்று தொழில்புரிபவர் பலர். அவர்களே தேவர்கள். அரசாங்கத் தலைவர் ஒருவர் இருந்தாலும் அவர் ஆணைப்படி பல மந்திரிகளும் ஒவ்வொரு மந்திரியின் கீழும் பல அதிகாரிகளும் இருக்கிறார்கள். அரசாங்க அலுவல்களைப் பல பகுதிகளாகப் பிரித்து, இன்ன இன்ன பகுதிகளை இன்ன இன்ன அமைச்சர் பொறுப்பு ஏற்று நடத்த வேண்டும் என்று வரையறை செய்து கொண்டு, ஆட்சியை நடத்துகிறார்கள். உலகத்து அரசாட்சிக்கு மூல காரணமாக இருப்பது இறைவனுடைய அருளாணை.

அந்த ஆட்சிமுறை பல பகுதிகளாகப் பிரியும். ஒவ்வொரு பகுதியும் ஒவ்வொரு தேவருடைய பொறுப்பில் இருக்கும். படைப்பு என்னும் பகுதிக்குத் தலைவன் பிரமன். உயிரை உடம்பினின்றும் பிரிக்கும் வேலை யமனுக்கு உரியது. உடம்பினின்றும் உயிரைக் கூறுபடுத்துவதனால் கூற்றுவன்

என்றும், உயிரைப் பிரிக்கும் காலம் அறிந்து பிரிப்பதனால் காலன் என்றும். இந்தக் கடமையை வழுவாது செய்வதால் தர்மராஜன் என்றும் அவனுக்குப் பெயர் வழங்கும். அவனுக்கு ஏவலர் பலர் உண்டு. கணக்குப் பிள்ளை கூட இருக்கிறான்; சித்திரபுத்திரன் என்பது அவன் பெயர். படைக்கும் தொழிலைப் போல உடம்பினின்றும் உயிரைப் பிரிக்கும் தொழிலும் மிகவும் கடுமையானது; பொறுப்பு வாய்ந்தது.

மரணம் என்றால் எல்லோருக்கும் அச்சம் உண்டாகும். "சாதலின் இன்னாதது இல்லை" என்று வள்ளுவர் சொல்கிறார். மரணத்துன்பம் கொடியதிலும் கொடியது. அதை நிகழ்த்துகிறவனும் அச்சந்தரும் தோற்றமுள்ளவனாக இருக்கிறான், மரணம் அச்சந்தருவதானால் மரணதேவனும் பயங்கர சொரூபியாகத்தானே இருக்கவேண்டும்? அந்த யமன் தன்னைக் காட்டிலும் பயங்கர உருவத்தை உடைய தூதர்கள் பலரை வைத்து வேலை வாங்கித் தன் உத்தியோகத்தை நடத்தி வருகிறான்.

உலகில் பிறக்கிறவர்கள் யாவரும் இறக்கிறார்கள்; அவர்களுடைய உடம்பினின்றும் உயிர்கள் பிரிகின்றன. அத்தனை பேருக்கும் மரணம் சம்பவிக்கிறது. ஆனால் யமனுடைய தூதுவர்களுக்கு வேலை வைக்காத மரணங்கள் சில நிகழ்வது உண்டு. அதைப் பற்றிச் சற்று இங்கே கவனிக்கலாம்,

ஓர் ஊரில் சிறைச்சாலை ஒன்று இருக்கிறது. அந்தச் சிறைச்சாலையில் பலவகையான குற்றவாளிகள் அடைபட்டிருக்கிறார்கள். அவர்களில் நல்லவர்களும் சிலர் இருக்கிறார்கள். சுதந்தரப் போராட்டத்தில் ஈடுபட்டுச் சிறை சென்ற தொண்டர்களைப் போன்றவர்கள் அவர்கள். அவர்களை மற்றக் குற்றவாளிகளோடு சேர்த்து எண்ணலாமா? ஆனாலும் எல்லோரும் ஒரே சிறையில்தான் இருக் கிறார்கள்.

அந்தச் சிறையில் எல்லோரும் எப்போதுமே இருப்பதில்லை. அதிலிருந்து பழைய குற்றவாளிகள் வெளியே செல்வார்கள்; புதியவர்கள் வருவார்கள்.

வெளியே செல்பவர்கள் யாவரும் ஒரே வகையினர் அல்ல. ஒருவர் உள்ளிருந்து வெளியே வருகிறார். அவரை அழைத்துச் செல்ல மாலையுடன் சில நண்பர்கள் காத்துக் கொண்டிருக்கிறார்கள். அவருக்கு அன்று விடுதலை. அதுவரையில் அநுபவித்த சிறை வாழ்க்கை இனி அவருக்கு இல்லை. அன்றே மற்றொருவனும் அந்தச் சிறையிலிருந்து வெளி வருகிறான். ஆனால் அவனைப் போலீஸ் சேவகர்கள் பாதுகாக்கிறார்கள். அவர்களே சிறையினின்றும் அவனை அழைத்துச் செல்கிறார்கள். எங்கே? அவனை வேறு ஒரு சிறைக்குக் கொண்டு போய் அங்குள்ள காவலரிடம் ஒப்பித்துவிடுகிறார்கள். சிறையிலிருந்து புறத்தே வந்த இருவரில் ஒருவர் விடுதலை பெற்று அன்பர்களுடைய துணையோடு நேரே வீடு செல்கிறார். மற்றவனோ ஒரு சிறையிலிருந்து மற்றொரு சிறைக்குப் போலீஸ் காவலோடு போகிறான். அந்தச் சிறையினின்றும் நீங்கிச் செல்வதில் இரண்டு பேரும் ஒத்தவர்களா னாலும், சென்று சேரும் இடம், அழைத்துச் செல்வோர் ஆகிய திறத்தில் மாறுபாடு இருக்கிறது.

உலகில் வாழும் உயிர்கள் உடலென்னும் சிறையில் துன்பத்தை அனுபவிக்கின்றன. புண்ணியம் பாவம் என்னும் இரண்டு காரணங்களால் இந்தச் சிறைவாசம் நேர்கிறது.

'ஏழையின் இரட்டைவினை யாயதோர் உடற்சிறை' என்பார் அருணகிரிநாதர்.

இந்தச் சிறையிலே வாழ்ந்த காலத்தில் நல்ல நடத்தையுடன் இருந்தால், இனி உடம்பிலே புகாத விடுதலை கிடைக்கும். அத்தகையவர்களை இறைவனோடுள்ள சிவகணத்தினர் வந்து நேரே இன்ப நிலையமாகிய வீட்டிற்கு அழைத்துச் செல்வார்கள். செய்ய வேண்டியவற்றைச் செய்யாது, கழிக்க

வேண்டிய சிறைவாச காலத்தில் பின்னும் புதிய குற்றங்களைச் செய்தவர்களுக் குப் போலீஸ் காவலோடு சிறை மாற்றம் ஏற்படுவது போல, பலருக்கு மரணம் உண்டானால் அடுத்தபடி வேறு பிறப்பு ஏற்படுகிறது; வேறு உடம்பிற் புகுந்து மீட்டும் உலக வாழ்க்கையை மேற்கொள்கிறார்கள்.

இறைவனுடைய அருள்பெற்ற பக்தர்கள், ஞானிகள் மரணம் அடைந்தாலும் அதை மரணம் என்று சொல்வது வழக்கமன்று; இறைவன் திருவடி அடைந்தார்கள், பரிபூரணம் எய்தினார்கள் என்றே சொல்வார்கள். அவர்களுக்கு இப்போது சம்பவிக்கும் மரணம் சிறைமாற்றம் அன்று; விடுதலை; நேரே வீட்டையடையச் செய்யும் நிகழ்ச்சி. ஆதலால் அதை மரணம் என்று கூறுவதைவிட விடுதலை என்று சொல்வதுதான் பொருத்தம்; விதேகமுத்தி அடைந்தார்கள் என்று சொல்வதும் அதனால்தான். மற்றவர்களோ, தாங்கள் செய்த வினைக்கு ஏற்ப வேறொரு சிறையாகிய உடம்புக்குள் புகுகிறார்கள்.

சிறையிலிருந்து இன்று யார் யார் வெளி வருகிறார்கள் என்ற கணக்கைப் போலீஸ்காரர்கள் தெரிந்துகொள்கிறார்கள். சிறைமாற்றம் யாருக்கு விதித்திருக்கிறதோ அவர்களை மாத்திரம் தம்முடைய காவலுக்குள் வைத்துக் கூட்டிச் செல்கிறார்கள். விடுதலை அடைகிறவர் பக்கத்தில் போவதில்லை. அவர்களை அழைத்துச் செல்லத்தான் நண்பர்கள் வந்திருக்கிறார்களே!

போலீஸ் தலைவர் தம் கீழ் வேலை பார்க்கும் போலீஸ் சேவகர்களைப் பார்த்து, "நீங்கள் எல்லோரையும் ஒரே தரமாக எண்ணி உங்கள் உருட்டல் மிரட்டல்களைக் காட்டாதீர்கள். தேச சேவைக்காகச் சிறைக்குப் போய் விடுதலை பெறும் நல்லவர்கள் இருக்கிறார்கள். அவர்கள் வெளிவந்தால் கும்பிடு போட்டு வழிவிட்டுத் தூரத்தில் நில்லுங்கள்" என்று சொல்லும் சந்தர்ப்பம் கூட உண்டு. போலீஸ் தலைவர் சொல்லுகிறாரோ இல்லையோ, யமன் தன் தூதர் களிடம் இது போன்ற எச்சரிக்கையைச் செய்வதாக நக்கீரர் பாடுகிறார்.

அவர்களைப் பற்றிச் சொல்ல வாயெடுக்கும்போது யமன் கைகள் தாமே குவிகின்றன. நேரே அவர்களை அவன் பார்க்கவில்லை. ஆயினும் அவர்களுடைய பெருமை அப்படிச் செய்கிறது. அந்த நமனே தொழும் தன்மையுடையவர்கள் இறைவனுடைய பக்தர்கள்.

"என்ன இவர் இப்படிக் கும்பிடு போடுகிறாரே! யாரைப் பார்த்து?" என்று திகைக்கிறார்கள் கால தூதுவர்கள்.

யமன் பேசத்தொடங்குகிறான்: "தூதர்களே! உடம்பை விட்டுச் செல்கின்ற உயிர்கள் எல்லாவற்றையுமே நம்முடைய காவலுக்கு உட்படுத்த வேண்டும் என்று எண்ணாதீர்கள். தெரியாமல் ஒரு பக்தனைப் பிடிக்கப் போய் உதைபட்டவன் நான் அந்த நினைவினால் சொல்கிறேன். குற்றமில்லாத புகழையுடைய காளத்திப் பெருமானிடத்தில் அன்புடைய பக்தர்கள் இருக்கிறார்களே, அவர்களிடம் விழிப்பாயிருங்கள். அவர்களைக் கண்டால் பணிந்து விலகிப் போங்கள். அவர்கள் விடுதலை யடையும் நேரம் நமக்குத் தெரிந்தாலும் நமக்கு அவர்களிடம் வேலையில்லை. எத்தனை தூரம் அவர்களை விட்டு விலகி நிற்க முடியுமோ அத்தனை தூரம் அகல நில்லுங்கள். அவர்கள் கண்ணில் நீங்கள் படக்கூடாது. இதை உங்கள் நினைவில் வைத்துக் கொள்ளுங்கள்."

தொழுது நமனும் தன் தூதுவர்க்குச் சொல்லும்,
"வழுவில்சீர்க் காளத்தி மன்னன்-பழுதிலாப்
பத்தர்களைக் கண்டால் பணிந்து அகலப் போமின்கள்
எத்தனையும் சேய்த்தாக " என்று.

நமனும் சிவ பக்தர்களை நினைந்து தொழுது தன் தூதர்களைப் பார்த்து, 'குற்றம் அற்ற புகழை யுடைய திருக்காளத்தியிலுள்ள இறைவனுடைய குற்றம் இல்லாத பக்தர்களைக் கண்டால் வணங்கி எத்தனை தூரமானாலும் அகன்று சொல்லுங்கள்" என்று சொல்வான்.

தொழுது-பக்தர்களைத் தொழுது.நமன் -யமன்; உம்மை, உயர்வு சிறப்பு. சொல்லும் -சொல்வான். என்று சொல்லும்

எனக் கூட்டுக. வழு-குற்றம். பழுது-இழுக்கு. போமின்கள் - போங்கள். எத்தனையும் - உங்களால் இயன்ற அளவுக்கு. சேய்த்தாக தூரமாக.)

இறைவனை வழிபட்டுப் பக்தி செய்தால் மரணமில்லாப் பெரு வாழ்வு வாழலாம் என்ற உண்மையை ஒரு சிறு நாட கம் போல அமைத்து நக்கீரர் பாடுகிறார். இது கயிலைபாதி காளத்திபாதி அந்தாதியில் உள்ள 86 - ஆவது பாட்டு.

மந்தியின் அன்பு

தாய் அன்பு என்பது எல்லாவற்றிலும் தூயது; உயர்ந்தது; பயனை எதிர்பாராமல் நிகழ்வது.

தாய்க்கும் குழந்தைக்கும் உள்ள உறவில் மனித குலத்தைக் காட்டிலும் விலங்குகள் சிறந்து நிற்கின்றன. அறிவு படைத்திருப்பதனால் அதன் நிழலாகத் தன்னலமும் விருப்பு வெறுப்பும் மனிதனுடைய உள்ளத்தில் எழுகின்றன. தான் பெற்ற குழந்தையை வீசி எறியும் தாய்மார்கள் இருக்கிறார்கள். அவர்களுடைய அறிவு, குழந்தையைப் பழி யுருவமாகப் பார்க்கிறது! விலங்கினத்தில் இந்தக்கேடு இல்லை. அவற்றிற்கு அறிவு இல்லை அல்லவா?

இதனால்தான் பேரன்பர்கள் இறைவனிடம் தாய்க்கும் குழந்தைக்குமிடையே உள்ள அன்பு இருக்க வேண்டுமென்று வற்புறுத்தும் போது மானிடத் தாயைக் காட் டிலும் வேறு தாயையே சொல்கிறார்கள்.

"கற்றாவின் மனம்போலக் கசிந்துருக வேண்டுவனே" என்பர் மாணிக்கவாசகர்.

நாகரிகமும் அறிவும் ஏற ஏற அன்பு எங்கோ மறைந்து புதைந்து போகிறது. நாகரிகம் அற்ற மலை வாழ் சாதியினரில் அன்பும் ஒழுக்கமும் சிறந்து நிற்கின்றன. தாய்மை யென்னும் பண்பை மக்களிடம் பார்ப்பதை விட மிகுதியாக விலங்கினங்களிடம் பார்க்கலாம்.

சங்க காலத்து நூல்களில் விலங்கினங்களிடம் உள்ள தாய்மையைப் புலவர்கள் பல வகையில்

பாராட்டியிருக்கிறார்கள். திருஞான சம்பந்தர் தேவாரம் முதலியவற்றிலும் தாய்மைக் காட்சிகள் வரும்.

நக்கீரர் பாடிய திருவீங்கோய்மலை எழுபது என்ற நூலில் ஒரு காட்சி வருகிறது. அதை இப்போது பார்க்கலாம்.

திருவீங்கோய்மலை என்பது சோழ நாட்டில் தேவாரம் பெற்ற தலங்களில் ஒன்று; காவிரிக்கு வட கரையில் இருக்கிறது. திருவெங்கிநாதர் மலை என்று இப்போது அதன் பெயர் திரிந்து வழங்குகிறது. முசிரிக்கு அருகில் இருக்கிறது. காவிரியின் தென்கரையில் இருக்கும் கடம்பர் கோயில், வாட்போக்கி என்ற இரத்தின கிரி. திரு ஈங்கோய்மலை என்ற மூன்றும் தொடர்புடைய தலங்கள். ஒரே நாளில் மூன்று வேளைகளில் இந்த மூன்று தலங்களையும் தரிசித்தால் நலம் உண்டு என்று பக்தர்கள் கூறுவார் கள். "காலைக் கடம்பர், மத்தியான்னச் சொக்கர், அந்தித் திருவெங்கிநாதர்" என்று இந்த முறையைப் பற்றி ஒரு பழமொழி அந்தப் பக்கங்களில் வழங்குகிறது.

ஈங்கோய் என்றால் வண்டுகள் வைத்த தேனடை என்று பொருள். ஈ- வண்டு. கோய்-பை அல்லது அடை. இந்த மலையில் பண்டைக் காலத்தில் எங்கும் நிறைந்த தேனடைகள் இருந்தமையால் இந்தப் பெயரை வைத்தார்கள் போலும்.

நக்கீரர் ஈங்கோய் மலைக்கு வந்தார். எங்கே பார்த் தாலும் தேன் அடைகள். பல இடங்களில் அடைகளில் தேன் கசிந்து ஒழுகிக்கொண்டிருந்தது. குரங்குகள் கிளைக்குக் கிளை தாவிக்கொண்டிருந்தன. அவற்றைக் கண்ணாரக் கண்டு மகிழ்ந்தார். இயற்கையெழிலைக் கண் டால் அதிலே ஈடுபட்டு எல்லாவற்றையும் மறந்து நிற்பது புலவர்கள் இயல்பு அல்லவா?

ஒரு குரங்கு மாத்திரம் ஒரு மரத்தின் கிளையிலே படுத்திருந்தது. அது தாவக் காணவில்லை. அதன் அருகில் மிக இளைய குட்டி ஒன்று இருந்தது. அப்போதுதான் பெற்ற குட்டி

போலத் தோன்றியது. குட்டியை ஈன்றெடுத்த தாய்க் குரங்கு அந்த இளைப்பினாலே எங்கும் போகாமல் அங்கேயே கிடந்தது. குட்டி கீச்சுக் கீச்சென்று கத்தியது. மந்தி பால் கொடுத்தது. அப்போதும் குட்டி கத்துவது நிற்கவில்லை. மந்தி சுற்றும் முற்றும் பார்த்தது; மேலே பார்த்தது. மலைப் பக்கத்தில் வளர்ந்த மரம் அது. மலைப்பாறையின் இடுக்குகளில் மிக உயரத்தில் அடையடையாகத் தேன் இருந்தது. அங்கிருந்து அது ஒழுகிக் கொண்டிருந்தது. அது மரத்தின் கீழே ஓரிடத்தில் தேங்கியிருந்தது. மந்தி உடனே கீழே இறங்கியது. குட்டி அதைக் கட்டிக் கொண்டே இருப்பதுதானே? மெல்லத் தேன் தங்கிய இடத்துக்கு வந்து தன் கையைத் தேனில் தோய்த்து அந்தத் தேனைக் குட்டிக்கு ஊட்டத் தொடங்கியது. அது அந்தத் தேனைச் சுவைக்கவில்லை. தன் குழந்தைக்கு ஊட்டியது என்ன தாயன்பு! குட்டி அப்புறம் ஏன் கத்துகிறது? அது பசித்திருந்தது. மந்தி தந்த பால் போதவில்லை. இப்போது இனித்த தேன் கிடைத்தது. தாய் தேனை ஊட்ட உண்டு மகிழ்ந்தது.

"இந்த மந்திக்குத் தன் குட்டியினிடம் எத்தனை அன்பு! இந்தக் காட்சியைக் காணும் வாய்ப்பு நமக்குக் கிடைத்ததே!" என்று எண்ணி நக்கீரர் மகிழ்ந்தார்.

"அன்புக்குள் தாய் அன்பு மிகச் சிறந்தது; இனியது; துன்பத்தை நீக்குவது. அதனால்தானே இறைவனுடைய அன்புக்கு அதைப் பெரியவர்கள் உவமை கூறுகிறார்கள்?"

இப்படி நினைத்தவுடனே இறைவனுடைய திருவருளின் பெருமையை அவர் எண்ணலானார். இறைவனிடம் அன்பு கொள்வதில் இரண்டு வகை உண்டு. பூனைக்குட்டியைப் பூனை கௌவிக் கொண்டு போகும். குரங்குக் குட்டி தன் தாயைத் தானே பற்றிக்கொள்ளும். குழந்தையின் முயற்சியின்றித் தாய் முயன்று பற்றிக் கொள்ளும் அன்பைப் பூனையினிடம் பார்க்கிறோம். இறைவனும் தன்

அடியார்களுக்குக் கவலை ஒன்றும் இல்லாமல் தானே வலிய வந்து பாதுகாக்கிறான்; இது மார்ஜால நியாயம் என்று சொல்லப்பெறும்.

குட்டி பற்றிக் கொள்ளக் குரங்கு நடமாடுகிறது. அது பற்றை விட்டால் அதற்கு ஆபத்து உண்டாகும். அப்படி இறைவனை இடைவிடாமல் பற்றிக் கொண்டால் அவன் அருள் கிடைக்கிறது. இதை மரக்கட நியாயம் என் பார்கள். பூனைக் குட்டிக்குச் செயல் இல்லை; குரங்குக் குட்டிக்குச் செயல் உள்ள வரையில் பயம் இல்லை.

மந்தியையும் அதன் குட்டியையும் கண்ட நக்கீரருக்கு இறைவனுடைய அருள் நினைவு உண்டாயிற்று, "அன்பர்கள் இறைவனை இறுகப் பற்றிக்கொண்டால் அவன் அவர்களுக்கு உண்டாகும் துன்பத்தைப் போக்கி, இன்பத்தை உண்டாக்குகிறான். இந்த மந்தி தன்னைப் பற்றிக் கொண்ட குட்டிக்கு முதலில் பசியைப் பாலால் போக்கிப் பின்பு இனிமையான தேனை ஊட்டியது. இது இறைவன் இயல்பைப் போலத் தோன்றுகிறது.

அவன் எழுந்தருளியிருக்கும் இந்த ஈங்கோய் மலையில் இத்தகைய காட்சிகள் அவன் அருளை நினைப்பூட்டும் வகையில் நிகழ்தல் எவ்வளவு பொருத்தம்!"

தம் கருத்தையெல்லாம் சுருக்கியமைத்து அவர் ஒரு பாடலைப் பாடிவிட்டார்.

ஈன்ற குழவிக்கு மந்தி இறுவரைமேல்
நான்ற நறவத்தைத் தான்நணுகித் - தோன்ற
விரலால்தேன் தோய்த்துஊட்டும் ஈங்கோயே நம்மேல்
வரலாம்நோய் தீர்ப்பான் மலை.

[தான் பெற்ற குட்டிக்குத் தாயாகிய மந்தி மலைப் பக்கத்தின் மேலிருந்து ஒழுகிய தேனை அதனருகிலே சென்று பிறர் காணும் படியாகத் தன் கை விரலால் அத் தேனைத் தோய்த்து ஊட்டுகின்ற ஈங்கோயானது, தன்னை நம்பிய

அடியார்களாகிய நம் மேல் படை எடுத்து வரலாகும் துன்பங்களைத் தீர்த்தருளும் இறைவன் எழுந்தருளியிருக்கும் மலை ஆகும்.

மந்தி - பெண் குரங்கு இறு வரை - மலையின் பக்கம்; "இருள் தூங்கு இறுவரை - இருள் செறிந்த பக்கமலை" (கலித் தொகை, 43:13, நச்சினார்க்கினியர் உரை); பெரிய மலை என் றும் பொருள் கொள்ளலாம் (சீவகசிந்தாமணி, 1463.) நான்ற ஒழுகிய இடைவெளியின்றிக் கம்பி தொங்குவது போல ஒழுகுவதால் தொங்கிய என்ற பொருளையுடைய நான்ற என்ற சொல்லை அமைத்தார்; "காம்பு கால்பொரக் கண்ணகன் மால்வரைப் பாம்பு நான்றெனப் பாய்பசுந் தேறலே" (கம்பராமாயணம், நாட் டுப் படலம், 35.) நறவம் -தேன். நணுகி - அணுகி, வரல் ஆம் நோய் -வரலாகிய துன்பங்களை. ஈங்கோய்,தீர்ப்பான் மலை என்க.]

இது ஈங்கோய் மலை எழுபதில் உள்ள 9-ஆவது பாட்டு.

கரை சேர்ந்த கலம்

"சாகிற காலத்தில் சங்கரா, சங்கரா என்று சொல்வது போல" என்பது ஒரு பழமொழி. இறைவனுடைய திருநாமத்தைச் சொல்வதும், அவனைப் பக்தி பண்ணுவதும் சில நாட் பழக்கத்தாலே வந்துவிடுவன அல்ல; பல காலம் பழகிப் பழகி வரவேண்டியவை. "இறக்கும் தருணத்தில் இறைவனை நினைந்தால் அவன் அருள் கிடைக்கும்; பிறவித் துயர் நீங்கும்" என்று நூல்கள் கூறுகின்றன. "இப்போதே என்ன அவசரம்? வயசாகிற போது பார்த்துக் கொள்ளலாமே!" என்று இருந்துவிட்டால், முதுமையில் புதிதாக ஒரு பழக்கம் வராது. சாகிற காலத்தில் சங்கரா, சங்கரா என்று சொல்ல வரவேண்டுமானால், வாழ்கிற போதே அப்படிச் சொல்லிப் பழகியிருக்க வேண்டும். பழமொழி இந்தக் கருத்தைத் தெரிவிக்க எழுந்தது.

பலகாலம் உத்தியோகம் செய்து வாழ்ந்தவர்கள் ஓய்வு பெறுகிறார்கள். ஓய்வு பெற்ற பிறகு அவர்களுக்குப் பழைய வாசனை மாறுவதில்லை. திடீரென்று தம்மையும் அறியாமல், "ஏ! பியூன்!" என்று அழைக்கிறார்கள். உத்தியோகசாலைக்குப் போவதும், அங்கே வேலை பார்ப்பதும், மாலையில் வீட்டுக்கு வந்து கூட்டுக்குள் அடைவது போல அடைவதுமே அவர்களுக்கு வழக்கமாகி விட்டன. ஓய்வு பெற்ற பிறகு புதிய வேலை ஒன்றும் செய்ய வருவதில்லை. ஆகவே ஓய்வு என்பது சிறை வாழ்க்கையைப் போல ஆகி விடுகிறது. மனம் தொய்ந்து உடம்பு துருப்பிடித்து விரைவில் இறந்து போகிறார்கள். உத்தியோக வாழ்வில் சுறுசுறுப்பும் பலமும் உடையவர்களாக இருந்தவர்கள் ஓய்வு பெற்ற பிறகு வலிமையிழந்து விரைவில் இறந்து போவது ஆச்சரியமாகத் தோன்றுகிறது. உத்தியோகத்தையன்றி அவர்களுக்கு வேறு

ஒன்றும் தெரியாது. செய்வதற்கு ஒன்றும் இல்லாமையால் அவர்கள் வாழ்க்கை சூனியம் போலத் தோன்றுகிறது. புதிய முயற்சியும் புதிய சூழ்நிலையும் அவர்களுக்குக் கிடைப்பதில்லை. அதற்கு நெடுநாட் பழக்கம் வேண்டும் அல்லவா? அதனால் அவர்கள் மனம் குமைந்து வலிமையிழந்து போகிறார்கள்.

அப்படியின்றி உத்தியோக வாழ்வில் தமக்கு விருப்பமான ஒரு துறையில் பொழுது போக்கும் பழக்கத்தைச் செய்து கொண்டவர்கள் உத்தியோகத்தினின்றும் விடுதலை பெற்ற பிறகு, அந்தப் பொழுது போக்கு வேலையிலே ஈடுபட்டு மகிழ்கிறார்கள். அத்தகைய பொழுது போக்குச் செயல்களை 'ஹாபி' (Hobby) என்று ஆங்கிலத்தில் சொல்கிறார்கள். அப்படிச் செய்கிறவர்கள் ஓய்வு பெற்ற பிறகும் சுறுசுறுப்பாகவும் உடல் நலன் குறையாதவர்களாகவும் விளங்குகிறார்கள். அவர்கள் செய்யும் காரியம் புதியதாகச் செய்வது அன்று; முன்பிருந்தே பழகி வந்தது.

வாழ்க்கையை வரையறை செய்துகொண்டு, உள்ளத்தைக் கண்டபடி சிதறவிடாமல் நம்முடைய அறிவுக்கும் ஆற்றலுக்கும் ஏற்ற வகையில் கடமைகளை வகுத்துக் கொள்ள வேண்டும். வாழ்வதற்கு வேண்டியது பொருள். அதை ஈட்ட உத்தியோகம் வேண்டும். உத்தியோகத்தில் ஈடுபடும் போதே ஓய்வு பெறுங் காலத்தில் பிறர் கையை எதிர் பாராதபடி எய்ப்பில் வைப்பாகப் பொருளைச் சேமித்து வைத்துக் கொள்ள வேண்டும். இந்தப் பொருளாதார உண்மையை யாவரும் உணர்ந்திருக்கிறார்கள். செயலிலும் கொண்டு வருகிறார்கள்.

பலர் உத்தியோக வாழ்க்கைக்குப் பின் ஓய்வு பெறும் காலத்தை இப்போதே நினைந்து பொழுதுபோக்கான பழக்கத்தையும் பொருளையும் சேமிப்பது அறிவும் நியாயமுமான செயலானால், இந்த வாழ்வுக்குப் பின் நம் தளர்ச்சியைப் போக்கிக் கொள்ள ஏதாவது செய்வதுதானே அறிவுடைமைக்கு அழகு? நியாயமும் அதுதானே?

இப்போது ஈட்டும் பொருள் பின்பு பயன்படுகிறது. இந்தப் பொருள் இப்பிறவி ஒழிந்தால் உடன் வராது. ஆதலின் இந்த வாழ்வின் முடிவாகிய மரணத்துக்குப் பின் நமக்குப் பாதுகாப்பாக எது நிற்கும் என்பதைத் தெரிந்து கொண்டு அதைச் சேமிக்க வேண்டும். அப்போது இன் பம் அடைவதற்குரிய பழக்கத்தை இப்போதிலிருந்து செய்ய வேண்டும்.

அப்போது பாதுகாப்பாக நிற்கும் பொருள் எது? அப்போது இன்பத்தைத் தரும் பழக்கம் எது ?

பொருளாதாரம் இவ்வுலக வாழ்க்கைக்குத் தான் உதவும். அவ்வுலக வாழ்க்கைக்கு அருளாதாரம் வேண்டும்.

"அருளிலார்க் கவ்வுலகம் இல்லை; பொருள்இலார்க்கு இவ்வுலகம் இல்லாகி யாங்கு"

என்று வள்ளுவர் கூறுகிறார். ஆதலின் அருளைச் சேமித்துக் கொண்டால் இவ் வாழ்வுக்குப் பின்னும் நன்றாக வாழலாம். அந்த அருளைச் சேமிப்பதற்குரிய செயல்களை இப்போதே செய்து பழக வேண்டும்.

இறைவன் திருவருளைப் பெறுவது, யாரோ செல்வரைப் புகழ்ந்து முகமன் பேசி அவரிடமிருந்து பொருளைப் பெறுவது போன்றதன்று. அருள் என்பது காசு பணம் போல், ஆடை அணி போல உருண்டு திரண்டு வாங்கவும் கொடுக்கவும் அமைந்தது அன்று. அது ஒரு நிலை. உலகில் நாம் இன்பம் துன்பம் என்று சொல்கிற இரண்டு நிலைகளை அறிவோம். கடலில் அலை உயர்ந்தால் அதன்கீழே சற்றே குழிவு தோன்றும். அலையும் குழிவும் இல்லாத கடல் அமைதியாக இருக்கும். இன்பம் என்பதும் துன்பம் என்பதும் ஒன்றனோடு ஒன்று தொடர்புடையன. அவ்விரண்டும் இல்லாத சாந்த நிலை ஒன்று உண்டு. அலையடங்கின கடலைப் போன்ற அமைதி நிலை அது அங்கே துன்பம் சிறிதும் இல்லாமையால் அதை இன்ப மென்று சொல்கிறோம். நாம் அநுபவத்தில் அடையும் இன்பம் அன்று

அது. உலகியலோடு சாராத, இன்ப துன்ப எல்லை நீங்கின, உபசாந்த நிலை அது.

அந்த நிலையே இறைவனுடைய அருளால் விளைவது. அவனுடைய அருள் என்ற சக்தி நம்மை அந்த நிலையில் சேர்க்கும். அறியாமை நீங்கி அச்சம் அற்று எல்லாவுயிர் களுக்கும் இனியனாக அன்பு செய்து வாழ்பவர்களுக்கு அந்த நிலையை அடைய வழி திறக்கும்.

அன்பு வாழ்க்கை வாழ்வது எளிதன்று. உலகத்தின் உண்மையைத் தெரிந்துகொண்டு, எல்லாம் இறைவன் அருளாணையால் நிகழ்வன என்பதையும் அறிந்து, உயிருக்கு இன்னதுதான் இன்பம் என்ற உணர்வு தோன்றினால் அந்த வாழ்க்கை எளிதாகும். அதற்கு முதலில் இறைவ னிடத்தில் அன்பு உண்டாக வேண்டும். பற்றற்ற இறைவனைப் பற்றுகின்ற அன்புமுறுக முறுக, அறியாமையினால் பற்றிய மற்றப் பற்றுகள் தாமே நீங்கும்.

இறைவனிடம் அன்பு செய்வது என்பது மன மொழி மெய்களால் அவனோடு தொடர்புடைய செயல்களைச் செய்வதேயாகும். நமக்கு நம்முடைய உடம்பிலே மிகவும் திண்ணமான பற்று இருக்கிறது. அதனால் நம்முடைய எண்ணம்,பேச்சு,செயல் எல்லாம் இந்த உடம்பை வளர்க்கும் நெறியிலே அமைகின்றன. இது மாறி உயிரை வளர்த்து அதற்கு இன்பம் உண்டாகும்படியான ஆர்வம் எழும்போது, உயிருக்குயிராகிய பசுபதியினிடம் அன்பு உண்டாகும். அவனைப் பற்றியே சிந்திப்போம்; அவனைப் பற்றியே பேசுவோம்; அவனோடு தொடர்புடைய செயல்களையே செய்வோம்.

இதற்கு நீண்ட நாள் பழக்கம் வேண்டும். ஆயிரம் ஆண்டு, ஈராயிரம் ஆண்டு என்று பழக்கம் செய்ய நமக்கு இயலாது. நாம் பெற்றிருப்பது சில வாழ் நாட்களே. நெடுநாள் பழகினால்தான் வரும் என்று உணர்ந்து கொண்டால் அந்த நல்ல பழக்கத்தில் ஈடுபட உடனே முந்தவேண்டும் அல்லவா?

இருக்கிற நாளோ மிகக் குறைவு. அவற் றில் ஒரு நாளையாவது வீணாக்கலாமா?

இறைவனுடைய திருநாமத்தைச் சொல்வது அருளா தாரம் பெறும் முயற்சி வகைகளில் ஒன்று. அதனால் நமக்கு நன்மை உண்டு. இறக்கும்போது அதைப் புதியதாகக் கற்றுக்கொண்டு சொல்லமுடியாது. முன்பே பழக வேண்டும். எவ்வளவுக்கு எவ்வளவு முன்பாகவே பழகுகிறோமோ அவ்வளவுக் கவ்வளவு நல்லது. இந்தப் பிறவிக்கு முன்பு நாம் சொன்னோமோ, இல்லையோ நமக்குத் தெரியாது. நாம் பிரத்தியட்சமாகக் காண்பது இப்போது நிகழும் வாழ்க்கையைத்தான். ஆகவே இந்த வாழ்க்கை தொடங்கும் போதே அந்தப் பழக்கம் உண்டானால் மிக மிக நல்லது. பிறந்தவுடன் இறைவனை நினைக்கவும், அவன் நாமத்தைச் சொல்லவும் நம்மால் இயலாது. அறிவு வராத பருவம் அது; பேச்சு வராத குழவிப் பருவம் அது. இது இன்ன பொருள் என்று நினைக்கும் ஆற்றல் எப்போது வரு கிறதோ. அப்போதே இறைவனை நினைக்கத் தொடங்கிவிட வேண்டும். எப்போது பேசவருகிறதோ அப்போதே அவன் நாமத்தைச் சொல்லத் தொடங்கிவிட வேண்டும்.

ஒவ்வொரு நிமிஷ உழைப்புக்கும் பத்து ரூபாயென்று சொல்லி ஒரு முதலாளி வேலை வாங்குகிறான். இரவும் பகலும் வேலை நடைபெறுகிறது. தொழிலாளி பத்து மணிக்கா போவான்? உடம்பு நலிவிருந்தால் கூட எவ்வளவு விரைவில் எழுந்து செல்லலாமோ, அவ்வளவு விரைவில் எழுந்து செல்வான்; தன் சக்தி எந்த மட்டிலும் இடம் கொடுக்குமோ அந்த மட்டிலும் அவன் வேலை செய்வான். எல்லாம் பொருளுக்காக அருளைச் சேமிக்கும் அன்பனும் அப்படித்தான் இருப்பான். பேசத் தொடங்கும் போதே இறைவன் நாமத்தைப் பேசுவான்.

'பிறந்து மொழிபயின்ற பின்னெல்லாம் காதல்
சிறந்துநின் சேவடியே சேர்ந்தேன்'

என்று காரைக்காலம்மையார் சொல்கிறார்.

"அருளாதார நெறியில் திருநாமத்தைச் சொல்லும் பழக்கத்தை வார்த்தை பேசும் ஆற்றல் தோன்றும் போதே தொடங்கிக் கொள்ளுங்கள்" என்று கபிலதேவ நாயனார் என்ற பக்தர் உபதேசம் செய்கிறார்.

உரைவந்து உறும்பதத்தே உரைமின்கள்

[பேச்சு வந்து அமையும் பருவத்தில் (இறைவன் திருநாமங் களைச்) சொல்லுங்கள். பதம் - செவ்வி; பருவம்.]

இந்தப் பழக்கம் நமக்குப் பாதுகாப்பாக அமையும். இந்த வாழ்க்கையின் முடிவில் மரணம் நேரும் போது காலன் வருவான். அவனால் வரும் துன்பத்துக்கு மாற்றாக அருளாதாரம் வேண்டும். அதை இப்போதிருந்தே தேடிக் கொள்ள வேண்டும்.

"அதற்குள் என்ன அவசரம்? போகப் போகப் பார்த்துக் கொள்ளலாமே!" என்று சிலர் சொல்லலாம்.

உலக வாழ்விலே ஈடுபட்டுவிட்டால் ஒன்றை விட்டு ஒன்று பற்றிப் பற்றி நாள் போய்க்கொண்டே இருக்கும். நமக்காகச் சம்பாதிக்கப் புகுந்து, பின்பு நம் மனைவிக்காகவும் உழைக்க முற்பட்டு, அப்பால் நம் பிள்ளைகளுக்கும் மற்றச் சுற்றத்தாருக்குமாகப் பலவகை முயற்சிகளைச் செய்வோம். பிரபஞ்ச வியாபாரம் வளர்ந்து கொண்டே வரும்; ஆசை விரியும். அதற்கு ஓர் எல்லைக் கோடே இராது. நம் ஆசையை ஓரிடத்தில் நிறுத்திக்கொண்டு, இறைவன் திருநாமத்தைச் சொல்லலாம் என்பது நடவாத காரியம். பொருளாதார வாழ்வினிடையே அருளாதாரத்துக்கும் வழி தேடவேண்டும்.

குழந்தை பையனாகிப் பையன் காளையாகிக் காளை பெரிய மனிதனாகிக் கிழவனாகிறான். இந்த நிலைகள் ஒன்றனோடு ஒன்று தொடர்ந்தே நிகழ்வதனால் இடையில் தனியே நின்று

பார்க்கும் நினைவு வராது. நம் கண்முன்னே குழந்தை பெரியவனாகி ஒரு குழந்தைக்குத் தந்தையாகி விடுகிறான்.

பல ஆண்டுகள் நாம் பழகிய ஓர் ஊருக்குப் போகாமல் பிறகு போகிறோம். நாம் முன்பு பார்த்த குழந்தைகள் இப்போது வளர்ந்து காளைகளாகி விட்டார்கள். இளைஞர்கள் கிழவர்களாகி விட்டார்கள். "இது என்னப்பா வேடிக்கையாக இருக்கிறது! நீ நேற்றுப் பிள்ளை; அதற்குள் தலை நரைத்துக் கிழவனாகி விட்டாயே!" என்று பேசுகிறோம். மற்றவர்களைக் கண்டு சொல்லுகிற நாம், நமக்கும் இந்த மாற்றம் உண்டாகிறது என்பதை மறந்து விடுகிறோம். கபிலர் அதை நினைப்பூட்டுகிறார். "பேசத் தெரிந்தபோதே இறைவனைப் பேசக் கற்றுக் கொள்ளுங்கள். பிறகு பார்த்துக் கொள்ளலாமென்று இருந்தால், முதுமைப் பருவம் வர நெடுநாள் செல்லாது. விரைவிலே வந்துவிடும்" என்று எச்சரிக்கை செய்கிறார்.

உரைவந் துறும்பதத் தேஉரை
மின்கள்; அன் றாயின், இப்பால்
தரைவந் துறும்.

[பேச வரும் பருவத்தில் (இறைவன் நாமத்தைச்) சொல்லுங்கள்: அல்லாவிடின் இவ்வாழ்வில் (விரைவாக) நரை வந்தடையும்.

இப்பால் - இவ்வாழ்க்கையாகிய பகுதியில்.]

நரை வந்துவிட்டது என்றால் மக்கள் அஞ்சுகிறார்கள். அழகு குலைந்துவிட்டதே என்பது முக்கியமான காரணம் அன்று. நரை மூப்புக்கு அறிகுறி, மூப்பு மரணத்தின் முன் வாசல். மரணம் வருமே என்ற அச்சத்தை நரை காட்டுகிறது.

தசரதன் ஒரு நாள் கண்ணாடியில் தன் முகத்தைப் பார்த்துக் கொண்டான். காதோரத்தில் ஒரு நரை மயிர் தெரிந்தது. உடனே அவனுக்குத் தான் கிழவனாகிவிட்ட உணர்வு வந்தது.

"இனி நாம் பொருளாதார வாழ்க் கையை மாற்றிக்கொண்டு அருளாதார வாழ்க்கையைத் தொடங்க வேண்டும்" என்ற நினைவும் உடனே வந்து விட்டதாம்.

அறிவுடையவர்களுக்கு நரை வந்தது தெரிந்து உணர்வும் உடன் வரும். ஆனால் தலை நரைத்தாலும் ஆசை நரைக்காத மக்கள் பலர் உலகில் இருக்கிறார்கள். நரையே நம்மை அறியாமல் வரும்போது, அதற்கு அடுத்த மரணம் விரைவிலும் விரைவாக வருவது ஆச்சரியம் அன்று, நரை வந்த பின்பு மரணம் வரும்; மரணத்தை நிகழ்த்துகின்ற காலன் வந்து நிற்பான். முதுமையைக் காட்டுவது நரை; மரணத்தைக் கூட்டுபவன் காலன். இதையும் நினைப்பூட்டு கிறார் கபிலர்.

இப்பால்
நரைவந் துறும்; பின்னை வந்துறும்
காலன்.

[இக்காலப் பகுதியில் நரைவந்து அடையும்; பின்பு காலன் வந்தடைவான்.]

"ஆகையினால் உரைவந்து உறும் பதத்தே உரைமின்கள்" என்று கபிலர் உபதேசம் செய்கிறார். உரைமின்கள் என்று சொல்லிவிட்டு, ஏன் உரைக்க வேண்டும் என்று காரணம் சொன்னார். எதை உரைக்க வேண்டுமென்பதைப் பின்னே சொல்கிறார்.

இறைவன் திருநாமத்தை உரைக்கவேண்டும் என்று சொல்கிறார். இறைவனை அடையாளம் சொல்லி, அவன் நாமத்தைச் சொல்லுங்கள் என்று பாடுகிறார். அவர் கூறும் அடையாளம் அழகாக இருக்கிறது.

அவர் இறைவன் திருநாமங்களைச் சொல்லி அடையாளம் காட்டவில்லை. அவனுடைய உருவத்தைக் காட்டவும் இல்லை. அவன் இருக்குமிடத்தைச் சொல்லி, அங்குள்ள பெருமானைப் பற்றிப் பேசுங்கள் என்று சொல்கிறார். அந்த இடம் பெரிய சிவஸ்தலமாகிய மறைக்காடு; வேதாரண்யம்.

அங்கே மாணிக்கம் போல் அரிய பொருளாய், அறியாமையிருளோட்டும் ஞான ஒளி வீசுபவனாய், விலை மதிக்கலாகாததாய், மக்கள் முடிமேலும் இருதயத்துக் கருகிலும் பூணுபவனாய், எவ்விடத்து வைத்தாலும் அவ்விடத்துக்குப் பெருமை தருபவனாய் இறைவன் விளங்குகிறான்.

மறைக்காடு எப்படி இருக்கிறது? அது கடற்கரையில் உள்ள ஊர்; கடற்கரை வியாபாரம் நடந்த இடம். கடலில் யானைகள் வந்து இறங்கும். கஜாந்த ஐசுவரியம் என்று வளப்பத்துக்கு யானையைத் தலை எல்லையாகச் சொல்வது வழக்கம். யானை வந்து இறங்கும் என்றால் மற்ற ஐசுவரியங்களைப் பற்றிச் சொல்ல வேண்டாம். புலவராகிய கபிலர் யானை வந்து இறங்குவதை அழகாகச் சொல்கிறார்.

நரைவரும், பின்னால் காலன் வருவான் என்று துன்பங்களை அடுக்கடுக்காகச் சொன்னவர் அதுபோலவே இங்கே வளமான பொருள்களை அடுக்கடுக்காகச் சொல்கிறார்.

கடலில் அலை வீசிக்கொண்டிருக்கும். அந்த அலைகள் முத்துக்களைத் தள்ளிக்கொண்டு கரையில் வந்து சேருகின்றன. அந்தக் கரையில் நெடுநாள் கடற்பரப்பிலே வந்த கப்பல் வந்து சேர்கிறது. அந்தக் கப்பலிலிருந்து திண்ணிய துதிக்கையையும் வலிய காலையும் மலை போன்ற உருவத்தையும் உடைய யானை வந்து இறங்குகின்றது. இவை வந்து சேரும் கடலின் கரையிலே பெரிய நகரமாகிய மறைக்காடு இருக்கிறதாம். அங்கே மணியைப் போன்ற இறைவன் எழுந்தருளி யிருக்கிறான்.

திரைவந்து உறும்கரைக் கேகலம்
வந்துறத் திண்கைவன்தாள்
வரைவந்து உறும்கடல் மாமறைக்
காட்டுளம் மணியினையே

[நல்ல முத்துக்களைத் தள்ளிக்கொண்டு அலைகள் வந்து சாரும் கரையில் கப்பல் வந்து சேர, அதிலிருந்து திண்ணிய

துதிக்கையையும் வலிய கால்களையும் உடைய மலை போன்ற யானைகள் வந்து இறங்கும் கடலையுடைய பெரிய மறைக் காட்டிலுள்ள, அடியவர்களாகிய எங்கள் சொத்தாகிய மணி போன்ற இறைவனை - உரை மின்கள்,

இடறுதல் - தள்ளுதல். திரை - அலை. கலம் - கப்பல். வரை - மலை. வரை யென்றது முன் உள்ள அடைகளால் யானையைக் குறித்தது. எம் மணியினை உரைமின்கள் என்று கூட்டவேண்டும்.]

அலைகள் முத்துக்களைக் கொணர்ந்து சேர்க்க, கப்பல்கள் யானைகளைக் கொணர்ந்து சேர்க்க, அந்த நகரம் எவ்வளவு பொருள் வளம் உடையதாக இருக்கவேண்டும்! அதோடு அங்கே அருள் வளமும் உண்டு. அதை வழங்கும் மணி அங்கே இருக்கிறதல்லவா?

கரையில் வந்து அடையும் கப்பலை இங்கே நினைத்தது முன்னே சொன்ன செய்திக்குப் பொருத்தமாக இருக்கிறது. இந்தப் பிறவியாகிய பெரிய கடலில் உடம்பாகிய கப்பல் பயணம் செய்கிறது. இதனுள் யானை போன்ற உயிர் இருக்கிறது. கப்பலுக்கு யாதோர் இடையூறுமின்றிக் கரை சேர்ந்தால் யானை அங்கே இறங்கி இன்பத்தை அடையும். கப்பல் கரையைச் சேர அதிலுள்ள யானை பாதுகாப்பாக இறங்கும் இடம் மறைக்காடு. உடம்பாகிய கப்பல், வாழ்க்கைப் பிரயாணத்தை இடையூறின்றி முடித் துக்கொண்டு இறைவனுடைய இன்ப நிலையமாகிய முத்திக் கரை சேர்வதற்கும் இந்த மறைக்காடு இடமாக இருக்கிறது.

இந்தக் குறிப்பை உட்கொண்டே கப்பலையும் களிற்றையும் கடலையும் இங்கே கூறினார் கபிலர்.

"பிறப்பெனும் பெருங்கடல் உறப்புகுந் தலைக்கும்
துயர்த்திரை உவட்டிற் பெயர்ப்பிடம் அயர்த்துக்
குடும்பம் என்னும் நெடுங்கல் வீழ்த்து
நிறையெனும் கூம்பு முரிந்து குறையா
உணர்வெனும் நெடும்பாய் கீறிப் புணரும்

மாயப் பெயர்ப்படு காயச் சிறைக்கலம்
கலங்குபு கவிழா முன்னம்......
வம்பலர் தும்பை அம்பல வாணநின்
அருள் எனும் நலத்தார் பூட்டித்
திருவடி நெடுங்கரை சேர்த்துமா செய்யே"

என்று பட்டினத்துப் பிள்ளையார் கோயில் நான்மணி மாலையில், பிறவியைக் கடலாகவும், உடம்பைக் கப்பலாகவும், இறைவன் அருளைக் கரை சேர்க்கும் பிறாகவும், திருவடியைக் கரையாகவும் கூறுவது இங்கே நினைப்பதற்குரியது.

"உங்களுக்குக் காலம் போவது தெரியாது. நரை விரைவில் வந்துவிடும்; அதையடுத்துக் காலன் வருவான்; ஆதலின் அவை வருவதற்கு முன்னே, வாயிலிருந்து வார்த்தை தோன்றும் குழந்தைப் பருவத்திலேயே, மறைக் காட்டில் உள்ள இறைவனை நீங்கள் என்று கபிலர் அறிவுறுத்துகிறார்.

உரைவந்து உறும்பதத் தேஉரை
மின்கள்; அன் றாயின், இப்பால்
நரைவந்து உறும்; பின்னை வந்து உறும்
காலன்; நன் முத்து இடறித்
திரைவந்து உறும்கரைக் கேகலம்
வந்து உறத் திண்கைவன்தான்
வரைவந்து உறும்கடல் மாமறைக்
காட்டுஎம் மணியினையே.

[மணியினை உரைமின்கள்; அன்றாயின் நரை உறும்; பின்னை காலன் உறும் என்க.]

மணியினை உரையாவிட்டால் வரும் துன்பங்களைச் சொன்னார். உரைத்தால் வரும் இன்பத்தை வெளிப்படையாகச் சொல்லவில்லை. மறைக்காட்டின் பெருமையைச் சொல்வதைப் போலக் களிறு கப்பலில் வந்து கரையில் இனிதே வந்து இறங்கும் என்று கூறியதன் மூலமாக

உயிர் இறைவன் அருள் பெற்று உய்யும் என்பதைக் குறிப்பாகப் பெறும்படி வைத்தார்.

இது கபில தேவ நாயனார் பாடிய சிவபெருமான் திரு இரட்டை மணிமாலையில் உள்ள 16-ஆவது பாட்டு.

சப்பாணி கொட்டும் ஞானக் கன்று

குழந்தைக்குக் கதை சொல்லும் பாட்டி அதன் மனத்திலே பல வகையான சித்திரங்களை உருவாக்குகிறாள். அவள் கதை சொல்லும் பாணி அப்படி இருக்கிறது. "ஒரே ஓர் ஊரில் ஒரு ராஜா. அவன் மிகவும் அழகாக இருந்தான்" என்று ஆரம்பித்துக் கதை சொல்லுகிறாள். அவள் கூறுகிற வர்ணனையினால் அந்த ராஜா மிகப் பெரியவன். மிக்க ஆற்றலுடையவன், மிகவும் அறிவாளி என்ற எண்ணங்கள் குழந்தைக்கு உண்டாகின்றன. அந்த எண்ணங்கள் உரு இல்லாமல் அருவாகக் குழந்தை மனத்தில் தங்குவது அரிது. அதன் மனத்தில் வானை முட்டும் உயரமுள்ள ஓர் அரசன் நிற்கிறான். அவன் முடி சோதி விட்டு ஒளிர்கிறது. நுட்பமாக உள்ளவற்றுக்கு உருவம் கொடுத்துச் சொல்கிறாள் பாட்டி. குழந்தையும் அந்த உருவத்தைப் பெரிதாக்கித் தன் மனத்தில் வாங்கிக் கொள்கிறது. ராஜா என்றால் மிக உயரமாகவும் பருமனாகவும் மலை போலவும் உள்ள உருவம் ஒன்றை அது நினைக்கிறது. ஆற்றல், அறிவு ஆகிய பெருமைகளையெல்லாம் அந்தப் பிரம்மாண்டமான உருவமாகவே காணுகிறது. அப்படிப் பார்த்தால்தான் அதனுடைய இளைய மனத்துக்கு இவன் பெரியவன் என்ற உணர்ச்சி தட்டுகிறது.

ஒருவிதத்தில் மனிதசாதி குழந்தை நிலையில்தான் இருக்கிறது. நுட்பமான உண்மைகளை அறிவினால் தெரிந்து கொள்ள முடியாத நிலையில் பலர் இருக்கிறார்கள். அவர்கள் அறிவு அந்த நுட்பத்தை உணர்கின்ற கூர்மை படைக்கவில்லை. நுட்பத்திலும் நுட்பமான கடவுளைப் பற்றிச் சொன்னால் மக்களுடைய மனம் உடனே பற்றிக் கொள்வதில்லை. புலனுகர்ச்சிக்கு உட்பட்டவற்றை உணரத் தான் மனத்துக்கு ஆற்றலுண்டு. அறிவு கூர்மையானால் அவற்றின் கருவை

ஒருவாறு உணரலாம்; கடவுள் தத்துவத்தின் நுட்பத்தைத் தெரிந்து கொள்ளலாம்.

கட்புலனுக்குத் தோற்றும் வடிவாகிய பெருமைதான் தெளிவாக யாவருக்கும் தெரிகிறது. வேறு வகையான பெருமைகளைச் சுட்டும் போது வடிவுடைய பெரிய பொருளை உவமை யாக்கியோ அதுவாக உருவகப்படுத்தியோ சொல்லுவது கவிஞர்கள் வழக்கம். உலக வழக்கிலும் சில சமயங்களில் அதைக் காணலாம்.

"மலை போல நீ இருக்கிறபோது எனக்கு என்ன பயம்?" என்று ஒரு நண்பனைப் பார்த்து மற்றொரு நண்பன் சொல்கிறான். அவன் பேராற்றலுடையவன் என்பதையே அந்த உவமையால் நினைக்கிறானே யன்றி, மலையைப் போலப் பெருத்த உடம்பை உடையவன் என்று எண்ணுவதில்லை. கடல் போன்ற அறிவு என்று சொல்லும்போது இத்தனை மைல் நீளம், இத்தனை மைல் அகலம் என்ற நீளம், இத்தனை நீட்டலளவையைக் கருதுவதில்லை; பரந்த அறிவு என்ற நுட்பமான அளவைக் கண்ணால் பார்க்கும் வடிவத்தின் அளவைச் சொல்லி உணர வைக்கிறோம். கவிஞர்கள், "மல்லல் மலையனைய மாதவர்", "கருணைமா கடல்" என்று சொல்லுவதும் நுட்பமான பொருளைப் பருப் பொருளால் உணர்த்தும் உத்தியைச் சார்ந்ததே யாகும்.

விநாயகர் பேராற்றல் உடையவர்; பெருங் கருணை யுடையவர். அவர் சிவபிரானுக்குக் குழந்தைதான். ஆனால் நமக்கெல்லாம் மிகமிகப் பெரிய கடவுள். கடவுட் குழந்தையாகிய அவருடைய விளையாடல் அவருடைய ஆற்றலுக்கு ஏற்றபடி அமையும். பசுவின் கன்று துள்ளி ஓடுவதற்கும் யானைக்குட்டி ஓடி ஆடுவதற்கும் வேறுபாடு உண்டு. யானைக்குட்டி ஓடினால் நிலம் அதிரும்.

விநாயகராகிய யானைக்குட்டி விளையாடுகிறது. நாம் காணும் யானைக் கன்றைப் போலவா விநாயகர் இருப்பார்? அவர் மிகமிகப் பெரியவர்: மலைபோன்றவர்.

குழந்தைகள் இரண்டு கைகளையும் தட்டி விளையாடும். அதைச் சப்பாணி கொட்டுதல் என்று சொல்வார்கள். சப்பாணிப் பருவம் என்று பிள்ளைத் தமிழில் ஒரு பருவ வருணனை வரும். விநாயகர் சப்பாணி கொட்டுகிறார். அந்த ஓசை உரமான ஓசை. வெடி வெடித்தால் நிலம் அதிர்கிறது. பேராற்றலுள்ள விநாயகர் சப்பாணி கொட்டும் போதும் அப்படியே நிலம் துளங்குகிறது. நிலத்தின் நடுவாக உயர்ந்து நிற்கும் சலனமற்ற மேருமலை கூடச் சலனம் அடைகிறது. வானுலகே அதிர்கிறது.

விநாயகர் கை பெரிது; அவற்றால் சப்பாணி கொட்டினால் பலத்த ஓசை கேட்கும்' என்று சொல்வதை விட அப்படிக் கொட்டியதால் விளையும் விளைவைச் சொன்னால், அந்த யானையின் பலம் தெளிவாகும்.

அதிரா வடிகள் என்ற அடியவர் விநாயகருடைய ஆற்றலைச் சொல்ல வருகிறார். அவர் சப்பாணி கொட்டும்போது நிலந்துளங்கியதாம்; மேரு நடுங்கியதாம்; அகன்று உயர்ந்த வானம் அதிர்ந்ததாம்.

நிலம்துளங்க, மேருத் துளங்க, நெடுவான்
தலம் துளங்கச் சப்பாணி கொட்டும்.

[பூமி அதிரவும்,மேருமலை நடுங்கவும் உயர்ந்த வானமாகிய இடம் நடுங்கவும் சப்பாணி கொட்டுவான். துளங்க - நடுங்க. தலம் - இடம்.]

பூமி, அதன் அச்சு, வானம் இவை துளங்கினால் இவற்றினூடே உள்ள எல்லாப் பொருள்களும் அசையாமல் நிற்குமா? அவையும் அசையத்தானே வேண்டும்? விநாயகர் ஆடினால் உலகமே ஆடும் என்று சொல்வதன் விரிவே இது.

விநாயகர் யார்? அவர் குழந்தை; அன்பர்களுடைய உள்ளத்திலே கலந்து இடங்கொள்ளும் குழந்தைத் தெய்வம். குழந்தை என்றவுடன் யாருடைய குழந்தை என்ற கேள்வி எழுவது இயற்கை. சிவபெருமான் பெற்ற கன்று அவர். அவர் எத்தகையவர் என்பதைச் சுருக்கமாகச் சொல்லுகிறார் ஆசிரியர். அந்தச் சுருக்கத்திலும் ஓர் உண்மையைப் புலப்படுத்துகிறார்.

சிவபெருமானுக்குப் பிள்ளையென்று சொல்லும் போது, சிவபிரான் தந்தை, உமாதேவியார் தாயார், விநாயகர் அவ் விருவர்களுக்கும் பிறந்தவர் என்ற புராணக் கதை நினைவுக்கு வரும். உலகில் பிள்ளையென்றவுடன் தாய் தந்தையருடைய நினைவு வருவது இயற்கை. ஒருவன் ஒருத்தியை மணந்து அவளுடன் காம இன்பம் நுகர்ந்து பிள்ளையைப் பெறுகிறான்.

விநாயகரை இறைவன் பெற்றான் என்ற கதை, உலகத்துப் பிள்ளைப்பேற்றோடு சார்ந்தது அன்று. பிள்ளை தாய் தந்தையர் பெற்ற காம இன்ப நுகர்ச்சியின் விளைவு. காம இன்பம் இன்றிப் பிள்ளைப் பேறு இல்லை. இது உலக இயல். ஆனால், 'சிவபெருமான் விநாயகரைப் பெற்றான்' என்றால், அதற்கு முன் அவனும் காம இன்பத்தை நுகர்ந்தான்' என்று உலகியலோடு சார்த்தி எண்ணக்கூடாது. இப்படிச் சொல்வனவெல்லாம் சில நுட்பமான உண்மைகளுக்கு உருக்கொடுத்துச் சொல்லும் முறையைச் சார்ந்தவை. சிவபெருமான் என்பது பரம் பொருளைக் குறிக்க வழங்கும் பெயர். அப்புரம் பொருளோடு இணைபிரியாமல் இருக்கும் அருளே உமாதேவியார். இறைவன் தன் அருளை வெளிப்படுத்தி உயிர்களுக்குப் பயன்படும் பொருட்டுப் பேராற்றலும் பெருங்கருணையும் உடையவனாக வந்து நலம் தருவான். அவன் எப்படி வந்தாலும் அந்த நிலை மூலப் பொருளின் தொடர்புடையது. இதையே அவன் எடுக்கும் கோலங்கள் காட்டுகின்றன. அத்தகைய கோலங்களில் மகனைப் போல வரும் விநாயகக் கோலமும் முருகக் கோலமும் சார்ந்தவை.

‘சிவபிரான் பெற்ற பிள்ளை’ என்று சொல்லும்போது காமம், அதன் விளைவு என்பவற்றின் தொடர்பே அங்கு இல்லை என்பதை நினைவுறுத்த எண்ணிய அதிராவடிகள், சிவபிரானைக் காமாரி என்று சொல்கிறார். அவன் காமனையே எரித்தவன். அவன் இருக்கும் இடத்தில் காமனுக்கு வேலை யில்லை. காமனையே எரித்தவன் காமம் உடையவனாகிப் பிள்ளையைப் பெற்றான் என்று சொல்லலாமா? உலகத்துப் பிள்ளைப் பேறு காம ராஜ்யப் பிறப்பு; இந்தப் பேறோ ஞான ராஜ்யப் பிறப்பு. உலகத்துப் பிள்ளைகள் சரீரத்தைப் பெற்று ஊன் வளர்ச்சியையே தம் வளர்ச்சியாகப் பெற்றவர்கள். இந்தப் பிள்ளை ஞானிகளுடைய தியானத்திலும் அடியார்களுடைய சிந்தனையிலும் புலவர்களின் கற்பனையிலும் உதயமாகி விளையாடும் குழந்தை.

காமாரி ஈன்ற... மணி

என்று அதிராவடிகள் விநாயகரைச் சொல்கிறார். அவன் அடியார்களோடு கலந்து அவர்கள் உள்ளத்தை இடமாகக் கொள்கிறான்; அவர்களுடைய தியானத்திலே வளர்கிறான்.

கலந்து உளங்கொள்
காமாரி ஈன்ற மணி.

தானே ஒளிவிடும் மணியைப் போல ஞான ஒளி வீசும் விநாயகர் எத்தகையவர்?

அவர் கருணையே வடிவானவர். தம் அருளை வேண்டுவாருக்கு வழங்கும் தண்ணளியுடையவர். அவர் நீண்ட துதிக்கையை உடையவர். அது அவருடைய ஈகையைக் குறிக்கும் அடையாளம், கன்றானாலும் மதம் பொழிகிறது. மற்ற யானைகளின் மதம் போன்றதன்று இது.

"பசுபோதக் கவளமிடக் களித்துண்டு
கருணை என்னும்

வெள்ளமதம் பொழிசித்தி வேழத்தை
நினைந்துவரு வினைகள் தீர்ப்பாம்"

என்பர் பரஞ்சோதி முனிவர்.

மதம் புறப்படுகின்ற இடங்களிலிருந்து மழையைப் போல மதத்தைப் பில்கவிடுகிற யானைக் கன்று விநாயகர்; அவருடைய அருள் வெள்ளந்தான் அப்படி மதமாகப் பொழிகிறது.

கருங்கைக் கடதடத்து
மாமாரி ஈன்ற மணி.

[கரிய துதிக்கையையும் மதம் பிறக்கும் இடங்களில் பெரிய மழையைப் புறப்படவிடும் மணி போன்ற விநாயகர்.

கடம் - மதம். தடம் - இடம். மாரி -மழை. ஈன்ற-புறப் படவிடும்.]

விநாயகர் காமம் அகன்ற ஞான நிலத்திலே தோன்றியவர், அடியவர்களின் தியானத்துக்குப் பொருளாக இருப்பவர், கருணை மிக உடையவர், பேராற்றல் படைத்தவர் என்ற இத்தனையையும் நினைந்து பாடிய பாட்டு இது. இதைப் படித்துச் சொற்பொருள் தெளிந்து அவற்றினூடே பொருந்தியுள்ள குறிப்பை உணர்ந்தால் குழந்தையின் உள்ளத்தில் பாட்டி உண்டாக்கும் இன்பத்தை நம் உள்ளத்திலும் இந்தப் பாட்டு உண்டாக்கும்.

நிலம் துளங்க மேருத் துளங்க நெடுவான்
தலம் துளங்கச் சப்பாணி கொட்டும் - கலந்து உளம்கொள்
காமாரி ஈன்ற கருங்கைக் கடதடத்து
மாமாரி ஈன் ற மணி.

[கலந்து உளங்கொள் மணி,காமாரி ஈன்ற மணி, மாமாரியை ஈன்றமணி என்று தனித் தனியே கூட்டுக. மணி சப்பாணி கொட் டும் பாட்டு விநாயகரைப் பற்றியதாதலின்,

கலந்துளங்கொள் என்பதை அவருக்கே உரியதாக்குவது சிறந்தது.]

இது அதிராவடிகள் அருளிய மூத்தபிள்ளையார் திரு மும்மணிக் கோவையில் உள்ள இரண்டாவது பாட்டு.

விடைக்கு விண்ணப்பம்

செல்வர் ஒருவருடைய தயை நமக்கு வேண்டியிருக்கிறது. அவரை நேரே அணுக நமக்குப் போதிய தைரியம் இருப்பதில்லை. அவர் நம்மை ஏறெடுத்துப் பார்ப்பாரோ மாட்டாரோ என்ற ஐயம் வேறு எழுகிறது. அதனால் நேர் முகமாக அவரைச் சந்தித்து அவர் தயையைப் பெறாமல். ஏதாவது குறுக்குவழி உண்டா என்று ஆராய்கிறோம். அவருக்கு வேண்டியவராகவும், நாம் எளிதில் அணுகக் கூடியவராகவும் ஒருவர் இருந்தால் அவரிடம் போய்க் கெஞ்சிப் பணிந்து நம் காரியத்தைச் சாதித்துக் கொள்ள வழி தேடுகிறோம். சாமியை வழிபடுவதை விடப் பூசாரியை வழிபடுவது நமக்குக் குறுக்கு வழியாகிவிட்டது.

செல்வருடைய காரை ஓட்டுகிறவனை அணுகி அவனுக்கு வேண்டியதைக் கொடுத்துச் சிநேகம் பண்ணிக் கொண்டு அவன் மூலமாக அவரை அடைகிற பேர்வழிகள் உண்டு. கார் ஓட்டிக்கு இவர்கள்மேல் கருணை உண்டாகி விட்டால் பிறகு செல்வருடைய கருணை கிடைப்பது எளிதாகிவிடும்.

இந்தத் தந்திரத்தை ஒரு பெண்மணி செய்கிறாள். சிவ பெருமானாகிய செல்வனது தயை பெறாமல் அதற்காக ஏங்கித் தவிக்கும் காதலி அவள். இறைவன் பேரழகன் என்று கேட்டிருக்கிறாள். எங்கோ ஒரு முறை கண்டும் இருக்கிறாள். அவளுக்கு அப்போதே ஆராத காதல் தோன்றி விட்டது. அவனை மேலும் மேலும் பார்த்துப் பார்த்துக் கண்களால் அவன் அழகை மொண்டு மொண்டு உண்ண வேண்டும் என்ற ஆசை வளர்கிறது. தன் ஆசையை இறைவனிடம் நேரே சொல்ல முடியுமா? அவன் அமரராலும் அணுகுவதற்கு அரியவன். அவளோ கண்ட இடத்துக்கு நாலுபேர் காணச்

சென்று தன் காதலை உரைக்க முடியாத படி நாணம் என்னும் கவசம் பூண்டவள்.

ஆனாலும் அவனைக் கண்டு களிக்கவேண்டும் என்ற ஆசை நாளுக்கு நாள் மிகுதியாகிக் கொண்டே வந்தது. தக்க வண்ணம் அவளுடைய நிலையைச் சொல்லி இறைவனுடைய அருளுக்கு உரியவளாக அவளைச் செய்ய யாரும் முன்வரவில்லை. அவனுடைய திருவருளுக்கு உரியவளாவது கிடக்கட்டும்; அவனைக் கண்ணாரக் கண்டு இன்புறவாவது ஒரு வாய்ப்புக் கிடைக்காதா என்று ஏங்கி நிற்கிறாள். ஒரு முறை கண்டு காதல் கொண்டாள். அவன் அழகுருவத்தை உள்ளத்தே எழுதிப் பார்த்துப் பார்த்துக் களிக்கிறாள். ஆனாலும் அந்த உருவம் மங்காமல் இருக்க அடுத்தடுத்துப் புறக்கண்ணாலும் பார்ப்பது அவசியம். கண்ணாற் காணக் காணத்தான் கருத்துக்குட் புகுந்த உருவம் நன்றாகப் பதிந்து நிற்கும்.

அவனை எப்படிக் காண்பது? "தேவரீர் இங்கே எழுந் தருள வேண்டும்" என்று சொல்ல முடியுமா?

அவனை முதலில் கண்டபோது இருந்த கோலத்தை அந்த இளம்பெண் நினைத்துப் பார்க்கிறாள். என்ன அழகு! அவன் விடையின் மேல் ஊர்ந்து வந்தான். இதை நினைத்தவுடன் அவளுக்கு ஏதோ ஒரு குறுக்கு வழி கிடைத்துவிட்டது போன்ற நம்பிக்கை உதயமாயிற்று. அவனைத் தன் மேல் ஏற்றிக்கொண்டு வரும் ஆனேற்றைப் பற்றியே அவள் நினைவு படர்ந்தது. அது இறைவனைத் தாங்கி எந்த எந்த இடங்களிலோ செல்கிறது. அது மனசு வைத்தால் இந்தத் தெருவின் வழியே வரலாம். விடை வந்தால் அதன்மேல் இறைவன் வருவான். இந்த வீதி வழியே போகும்போது அந்தப் பெண்ணும் தரிசித்துக் கொள்ளலாம்.

விடைக்குத் தயை உண்டானால் இந்தத் தெருவழியே வரலாம். இந்த வீட்டுக்கு எதிரே சில கணம் நின்றாலும்

நிற்கலாம்.- அதற்குமேல் அவள் மனம் போகவில்லை. உடம்பு புல்லரித்தது.

அந்த ஆனேற்றுக்கு ஒரு விண்ணப்பம் செய்து கொள்ளலாம் என்று துணிந்தாள். அது நாலு தெருவிலும் நடப்பதுதான். எந்தத் தெருவானாலும் அதற்கு நடை ஒன்று. ஆனால் இந்தத் தெருவில் வந்தால் அவள் வாழ்வாள்; சிவபெருமானைக் காணவில்லையே என்று நாளுக்கு நாள் மயங்கி மாழ்கி உயிர் தேயும் அவளுக்கு அவனுடைய காட்சி புதிய உயிரை ஊட்டும். அவள் இப்போது அந்த விண்ணப்பத்தைத் தொடங்குகிறாள்.

ஆன்ஏறே! போந்தால் அழிவுண்டே? அன்புடைய நானேதான் வாழ்ந்திடினும் நன்றன்றே?

[விடையே, நீ வந்தால் உனக்கு ஏதேனும் கெடுதி உண்டோ? அன்புள்ள நானே வாழ்ந்தாலும் நன்றன்றா? உண்டே - உண்டா? அன்றே - அன்றா?]

"ஆனேறே! நீ இங்கே வந்தால் உனக்குள்ள மதிப்புக் கெட்டுப்போகுமா? உன் பொருள் ஏதாவது கெட்டுப் போகுமா? அப்படி ஒன்றும் இல்லையே! நீ வருவதனால் நான் வாழ்வு பெறுவேன். நான் வாழ்வு பெறுவது நல்லது அன்று என்று சொல்வாயா? நீ செய்கிற சிறு காரியம் ஓர் உயிரையே வாழ்விக்கின்ற தென்றல் அந்தக் காரியத்தை நீ செய்ய வேண்டியவனாயிற்றே!" என்று சொன்னாள்.

'இப்போது சிவபெருமான் ஓரிடத்துக்குப் போகிறார். அவரை ஏற்றிக்கொண்டு செல்லவேண்டும். அவர் ஓய்வாக இருக்கும் போது உன் வீதிக்கு வருகிறேன்; உன் வீட்டுக்கும் வருகிறேன்" என்று விடை கூறியது.

அவள் அதையா விரும்பினாள்? விடை அவள் வீட்டுக்கு வந்தால் என்ன, வராவிட்டால் என்ன? விடை மேலழகனாகிய இறைவன் வருவதுதானே முக்கியம்? "நீ இறைவனை

ஏற்றிக்கொண்டு உலா வரும்போது இந்தப் பக்கமாக வரவேண்டும்" என்று அவள் தெளிவுபடுத்து கிறாள்.

இறைவனை ஏற்று நடவாவிட்டால் அந்த விடைக்கு மதிப்பு ஏது? உலகில் உலாவும் எருத்துமாடும் அதுவும் ஒன்றாகத்தானே போய்விடும்? இறைவனுடைய சம்பந்தத்தால் அதற்குப் பெருமை. இறைவன் இருப்பதனால்தான் தில்லை மன்றுக்கே மதிப்பு உண்டாகின்றது. தில்லையில் வானோங்கும் பொழில்கள் வளர்ந்திருக்கின்றன. மலரும் கனியும் குலுங்கும் மாட்சியையுடைய பொழில்கள் அவை. அதனால் தில்லைக்குப் பெருமை வரவில்லை. அங்கே உள்ள சிற்சபையாகிய மன்றினால்தான் அதற்குப் பெருமை. அந்தச் சபைக்கும் இறைவனால் விளக்கம் உண்டாயிற்று. இறைவன் மன்றைப் பொலிவிக்கும் கோமான். அந்த மன்று தில்லையைப் பொலிவிக்கிறது. இறைவனை ஏற்று வருவதனால்தான் இடபவாகனத்துக்கும் விளக்கம் உண்டாகிறது.

இவற்றையெல்லாம் நினைக்கிறாள். அவற்றை அப்படியே சொல்லிவிடலாமா? குறிப்பாக வைத்து, "தில்லையிலுள்ள பொன் மன்றத்துக்குப் பொலிவு உண்டாக்கும் கோமானை இத் தெரு வழியாகக் கொண்டு வா" என்று அந்த அழகி சொல்கிறாள்.

-வான்ஓங்கு
வாமாண் பொழில்தில்லை மன்றைப் பொலிவித்த கோமானை இத்தெருவே கொண்டு.

[வானளவும் ஓங்கிய பரந்த மாட்சிமைப்பட்ட பொழிலை யுடைய தில்லை நகரத்திலுள்ள பொன் மன்றைப் பொலிவு பெறச் செய்த இறைவனை இந்தத் தெரு வழியாகக் கொண்டு - போந்தால் அழிவுண்டே என்று கூட்ட வேண்டும்.

வாம் - பரவிய. மாண் - மாட்சிமைப்பட்ட; பொழிலுக்கு மாட்சியாவன மலரும் தேனும் கனியும் நிழலும். மன்று -

சபை; இங்கே பொன் மன்றமாகிய சிற்சபை. பொலிவித்த - விளக்கம் பெறச்செய்த. கோமான் - தலைவன்.]

இறைவன் அழகிய மன்றத்திலே இருப்பதனால் அவனுக்குப் புதிய பெருமை ஏதும் உண்டாகவில்லை. அழகான பொருளைத் தங்கமாக இருக்கிறது என்று சொல்வது உலக வழக்கம். தில்லையில் தங்கமான சபைக்கும் இறைவன் விளக்கத்தைத் தருகிறான்; தன் சந்நிதியாகக் கொண்டு அதைப் பொலிவு பெறும்படி செய்கிறான். பொலிவு என்றது கண்ணுக்கு விளக்கமாக இருப்பது அன்று; அது தங்கத்துக்கு இயல்பாகவே உண்டு. நூல்களிலும் அடியார் உள்ளங்களிலும் பொன் மன்றம் நின்று பொலிவு பெறுகிறது. இந்தப் பெருமையையே பொலிவாகக் கருத வேண்டும்.

இறைவனை நாயகனாகக் கொண்டு தம்மை நாயகியாக வைத்துப் பட்டினத்துப் பிள்ளையார் பாடிய பாடல் இது.

ஆன்ஏறே! போந்தால் அழிவு உண்டே? அன்புடைய
நானேதான் வாழ்ந்திடினும் நன்று அன்றே?- வான் ஓங்கு
வாமாண் பொழில்தில்லை மன்றைப் பொலிவித்த கோமானை
இத்தெருவே கொண்டு.

[ஆனேறே! கோமானைக் கொண்டு இத் தெருவே போந்தால் அழிவுண்டே?]

இது கோயில் நான்மணி மாலையில் உள்ள முப்பத் தேழாவது பாட்டு.

பெருந்தேன்

உடம்பை நோயில்லாமல் பல காலம் வாழ வைக்கும் மூலிகைகளும் காயகற்பங்களும் இருக்கின்றன என்று சித்த வைத்தியம் தெரிந்தவர்கள் சொல்வார்கள். அமிர்தத்தை உண்டமையால் தேவர்கள் நோயில்லா உடம்புடையவராகித் தத்தமக்கு வரையறுத்த நாள் முழுவதும் வாழ்கிறார்கள். ஆனால் எந்த மூலிகையைச் சாப்பிட்டாலும், எந்த அமிர்தத்தை நுகர்ந்தாலும் மரணத்தை வெல்ல முடியாது. பன்னூறாண்டுகள் வாழ்ந்திருந்ததாகச் சொல்லும் சித்தர்களும் உடம்பை வீட்டு இறந்தே போனார்கள். பிறப்பு என்ற ஒன்று உண்டென்றால் இறப்பும் உண்டு.

இறவாமல் பிறவாமல் இருக்கும்படி ஏதேனும் மருந்து கிடைத்தால் எப்படி இருக்கும்! இறவாமல் இருப்பது என்பது இந்த உடம்பிலே சந்ததமும் இருந்து வாழ்வது அன்று. உடம்பையே பெறாமல் வாழும் வாழ்க்கை ஒன்று உண்டென்றால், அப்போது பிறப்பு இறப்பு என்னும் இரண்டும் இல்லை யாகும். அந்த நிலையைத்தான் முத்தி என்று சொல்வார்கள்.

பிறந்தவன் எப்போதும் இறக்க வேண்டியதுதான். மரணமில்லா வாழ்க்கை என்று பெரியோர்கள் சொல்வதெல்லாம் இந்த நாற்ற உடம்பை எடுத்தவன் இதிலே சாவாமல் இருப்பதை யன்று. இந்த உடம்பு கழிந்தபின் மீட்டும் உலகிற் பிறந்து இறவாத வாழ்க்கையையே- அப்படிக் குறிக்கிறார்கள். அத்தகைய வாழ்வைப் பெற ஏதாவது மருந்து உண்டா? இருந்தால் ஒரு மண்டலமோ, இரண்டு மண்டலமோ உண்டு நன்மையடையலாமே!

மருந்து உண்டு. ஆனால் மற்ற மருந்துகளை உண்பது போல் உண்பது அன்று அது. அந்த மருந்து கசக்காது; புளிக்காது; இனித்திருக்கும்; மிகமிக இனித்திருக்கும்; தேனைப் போல இனிமையாக இருக்கும்.

தேனை உண்டு ஊனை நீக்க வழி உண்டென்றால் அதை எல்லோருமே எளிதில் பயன்படுத்திக் கொள்ள லாமென்று தோன்றுகிறது. ஆனால் அந்தத் தேனில் மக்களுக்கு நம்பிக்கை பிறப்பதில்லை. கண்ணாலே கண்டு கையாலே வாங்கி நாவினாலே சுவைத்து உண்ணும்படி இருக்கம் வேண்டும்; அப்போது கூட நம் கையில் தானே வந்து விழ வேண்டும். அப்போதுதான் தேனையே நாம் உண்போம். அத்தனை சோம்பல்!

இந்தத் தேனோ நாவினால் சுவைப்பதற்குரியது அன்று. அறிவினால் சுவைப்பது இது. எண்ணி எண்ணிச் சுவைத்து இன்புறுவதற்கு உரியது.

"செய்வதைவிட எண்ணுவது மிகவும் எளிதாயிற்றே!" என்று நினைக்கலாம். நம்பிக்கையும் அன்பும் கொண்டு எண்ணுவது அவ்வளவு எளிதன்று. உள்ளத்தால் அந்தத் தேனை மொண்டு உண்ண வேண்டுமென்று அதை நுகர்ந்தவர்கள் சொல்கிறார்கள். அதனால் பயன் பெற்ற பெரியவர் ஒருவர் தம்முடைய அநுபவத்தைச் சொல்கிறார். பட்டினத்துப் பிள்ளையாரே அந்தப் பெரியவர்.

இந்த உடம்பில் இருந்து கொண்டே அவருக்கு உறுதி யான நம்பிக்கை உண்டாகி விட்டது. "வறுமை, நோய், பகை என்பவற்றால் வருந்துகிறோம். எல்லாம் இந்த உடம்பை எடுத்ததனால் உண்டாவன. இனிமேல் இந்த உடம்பே எனக்கு இல்லை" என்று அவர் நம்பினார்.

"நீங்கள் இப்போது எடுத்த உடம்பைக் கழிக்க வேண்டாமா?"

"ஆம்; மற்றவர்களைப் போல மறுபடியும் பிறப்பதற்காக இறப்பது அன்று அது. விடுதலை பெறும் இன்பம் அல்லவா

இந்த உடம்பை விடும்போது உண்டாகும்? இறந்தும் பிறந்தும் வருந்தும் வருத்தம் எனக்கு இல்லை."

வருந்தேன் இறந்தும் பிறந்தும்.

"இறந்த பிறகு பிறக்காமல் இருப்பது இருக்கட்டும். வாழுகின்ற இப்போது உடம்போடு தானே இருக்கிறீர்கள்? ஐம்புலன்களால் அலைப்புண்டு துன்புறும் இயல்புடைய தல்லவா இந்த உடம்பு? பாம்புப் புற்றில் இருக்கும் வரைக்கும் பாம்புக்குப் பயப்பட வேண்டியதுதானே?"

"பாம்பு கடித்தாலும் நஞ்சு ஏறாத மருந்தை உண்டு விட்டால் பாம்பினால் நாம் சாவமாட்டோம். நம் உடம்பிற் புகுந்த நஞ்சு செத்துவிடும். புலன்கள் மயக்க அவற்றின் வழியே சென்று பாவங்களை ஈட்டி அதன் விளைவாக நரகம் புகுந்து துன்புறுபவர்கள் பலர் இருக்கிறார்கள். நான் அந்தத் தேனை உண்ட பிறகு இந்த உடம்பில் இருக்கும் போதே என் நிலை மாறிவிட்டது. ஐம்புலன்களின் சேட்டைகள் அடங்கிவிட்டன. அவற்றால் என்னை மயக்க இயலாது. அவற்றின் வழியே நான் சென்று பொருந்த மாட்டேன் ஆதலினால் நரகிலும் புகமாட்டேன்,"

மயக்கும் புலன்வழிபோய்ப்
பொருந்தேன்; நாகிற புகுகின்றிலேன்.

"அவ்வளவு சிறப்பான தேன் எங்கே இருக்கிறது? அதைப்பற்றி யாரும் சொல்லவில்லையே!"

"அந்தத் தேனை அறிந்தவர்கள் புகழ்ந்து சிறப்பித் திருக்கிறார்கள். அன்புடையவர்களுக்கு அந்தத் தேனைப் பற்றிய புகழ் தெரியவரும். நமக்கும் அதற்கும் என்ன சம்பந்தம் என்று ஒட்டாமல் இருப்பவர்கள் அதன் அருகில் இருந்தாலும் அதன் பெருமை தெரியாது."

"யார் அதைப் புகழ்ந்திருக்கிறார்கள்? அது எங்கே இருக்கிறது?"

அது திருவிடைமருதூர் என்ற தலத்தில் இருக்கிறது; மருத மரத்துக்கடியில் உள்ள பெரிய தேன் அது; புகழ் பெற்ற தேன்.

அந்த இடைமருதில் ஆனந்தத் தேன் இருந்த
பொந்தைப் பரவிநாம் பூவல்லி கொய்யாமோ?

என்று மாணிக்கவாசகர் அதைப் புகழ்ந்திருக்கிறார். அவர் புகழ்ந்திருப்பதைக் கண்டு நான் அந்தத் தேனை அடைந்தேன்; முகந்து கொண்டு உண்டேன்."

புகழ் மாமருதிற்
பெருந்தேன் முகந்துகொண்டு உண்டு.

அது நாவினாலே உண்ணும் தேனைப் போல இருக்குமா? அதன் சுவை எப்படி இருக்கும்?

"அது இன்னபடி இருக்கும் என்று சுட்டிச் சொல்ல முடியாது. உடம்பெல்லாம் தித்திக்கும்; உளமெல்லாம் தித்திக்கும்; உயிரெல்லாம் தித்திக்கும். அப்படிச் சொன்னாலும் விளங்காது. ஒன்று சொல்லலாம். அதை உண்ட பிறகு வேறு ஒன்றிலும் விருப்பமே உண்டாகவில்லை. புலன்களால் எதை உண்டாலும் அத்தகைய நிறைவு உண்டாவது இல்லை. அதை முகந்து கொண்டு உண்ட பிறகோ ஒரு நிறைவு உண்டாகிவிட்டது. வேறு எதிலும் ஆசை இன்றி இருக்கிறேன்.

பிறிதுஒன்றில் ஆசையின்றி இருந்தேன்.

"நிறைவு உண்டாயிற்று என்றால் இனி எந்தப் பொருளும் உங்களுக்கு வேண்டியது இல்லையா?"

"இதற்கு முன் சிறிய பொருளை யெல்லாம் பிறரிடம் சென்று இரக்கும் நிலை இருந்தது. உலகத்து மக்கள் எல்லோருமே ஒரு வகையில் பிறரிடம் எதையேனும் இரவாமல் வாழமுடியாது. பணம் படைத்தவன் பண்டங்களை யுடையவனிடம் சென்று இரக்க வேண்டியிருக்கிறது. பண்டம் படைத்தவன்

பணக்காரனிடம் சென்று, 'இதை வாங்கிக்கொள்ளுங்கள்' என்று இரக்க வேண்டியிருக்கிறது. பலமற்றவன் பலமுள்ளவனிடத்தில் இரக்கிறான். உடற் பலமுடையவன் பணப் பலமுடையவனிடம் இரக்கிறான். இந்தப் பிச்சைக்காரத் தொல்லை எனக்கு இல்லை. இனி யாரிடத்திலும் சென்று எதையும் இரக்கவேண்டிய அவசியமே இல்லாமற் போய்விட்டது. அந்தத் தேனை உண்டதனால் வந்த உயர் நிலை இது."

இனிச்சென்று இரவேன்
ஒருவரை யாதொன்றுமே,

இனிமை என்பது புலன்களுக்கு இன்பம் தரும் இயல்பு. நாவுக்கு இனிமை தருவது தேன். மற்றப் புலனுக்கு இனிமை தருவதையும் உருவக வகையால் தேன் என்று சொல்கிறோம். "தேன்போலப் பாட்டு இனிக்கிறது" என்று செவிப் புலனுக்கு இனியதற்குத் தேனை உவமை கூறுகிறோம். இனிமை யென்பதற்கு வேறு சொல் தேன் என்னும் அளவுக்கு வழக்கு வந்துவிட்டது. உள்ளத்துக்கு இனிமை தரும் கவிதையைத் தேன் என்று சொல்வதுண்டு.

"உள்ளத்தால் உண்ணப் படுந்தேனே"

என்பது தமிழ் விடுதூது.

இசையினிமையை அளந்து காட்ட அளவு கோல் இல்லை. கருத்துக்கு இனிக்கும் கவிதையினிமையை அளந்து காட்டவும் இயலாது. ஆனாலும் உருவகம், உவமை என்பவற்றால் அந்த இனிமையைப் புலப்படுத்துவதும் ஓர் அளவு வகைதான். புலனுக்கு இனிமை தருவதையும் கருத்துக்கு இனிமை தருவதையும் தேன் என்று சொல்லுவது போல, உயிருக்கு இனிமை தரும் பொருளையும் தேன் என்று சொல்வது பொருத்தந்தானே? ஆகையால் பட்டினத்துப் பிள்ளையார் உயிருக்கு இன்பந்தரும் சிவபெருமானைத் தேன் என்றார். திருவிடைமருதூரில் இந்த நினைவு உண்டாகவே மருதிலே உள்ள தேன் என்று சொன்னார்.

இறைவனுடைய அருளில் ஊறியவர்களுக்கு இறப்பும் பிறப்பும் இல்லாத முத்தி கிடைக்கும்; இவ்வுடம்பிலே இருந்தாலும் புலன்களை வென்று பாவமில்லாத தூயராக வாழ்வார்கள்; அவர்களுக்கு ஆசை இராது; ஒருவரிடம் சென்று ஒன்றை இரக்கும் அவசியமும் இராது என்ற திரண்ட கருத்தைப் பட்டினத்துப் பிள்ளையார் பாடல் உணர்த்துகிறது.

வருந்தேன் இறந்தும் பிறந்தும்;
மயக்கும் புலன்வழிபோய்ப்
பொருந்தேன்; நாகிற் புகுகின்றி
லேன்: புகழ் மாமருதில்
பெருந்தேன் முகந்துகொண்டு உண்டு
பிறிதொன்றில் ஆசை இன்றி
இருந்தேன்; இனிச்சென்று இரவேன்
ஒருவரை யாதொன்றுமே.

[இனி இறந்தும் பிறந்தும் துயரமடையேன்; மயக்குகின்ற ஐம் புலன்களின் வழியிற் சென்று சாரேன்; நரகத்திற் புகேன்; திரு விடை மருதூரில் புகழையுடைய பெரிய மருத மரத்தடியிலுள்ள இறைவனாகிய பெரிய தேனை மொண்டு கொண்டு உண்டு, உள்ள நிறைவு பெற்று வேறு ஒன்றாலும் ஆசை இல்லாமல் இருந்தேன். இப்போது ஒருவரிடம் சென்று யாது ஒன்றையும் இரக்கமாட்டேன்.

புகுகின்றிலேன் - புகுகிறேனில்லை. மருது - மருதமரம்; திரு விடைமருதூரில் உள்ள தலவிருட்சம். அதனடியில் இறைவன் எழுந்தருளியிருக்கிறான். மருது என்பதே திருவிடைமருதூரைக் குறிப்பதாகவும் கொள்ளலாம். பிறிது - வேறு.]

திருவிடைமருதூர் சோழநாட்டில் உள்ள தலம். மருத மரத்தைத் தலவிருட்சமாகக் கொண்ட தலங்களில் முக்கிய மானவை மூன்று. வடக்கே ஸ்ரீ சைலம் ஒன்று; அதற்கு மல்லிகார்ஜுனம் என்று பெயர். அர்ஜுனம் என்பது மருதமரத்திற்குப் பெயர். அது மேல் உள்ள மருதூர். தெற்கே

திருப்புடை மருதூர் என்று பாண்டி நாட்டில் ஒரு தலம் உண்டு; அதைப் புடார்ஜுனபுரம் என்று வடமொழியில் சொல்வார்கள். அது கீழ் உள்ள மருதூர். நடுவில் இருப்பதனால் இதற்குத் திருவிடைமருதூர் என்ற பெயர் வந்தது. மூன்று மருதூர்களில் இது இடையில் இருப்பது. வடமொழியில் இதற்கு மத்தியார் ஜுனம் என்ற திருநாமம் வழங்கும். இங்குள்ள இறைவன் திருநாமம் மகாலிங்கம். மருதப்பன் என்பதும் ஒரு பெயர். அம்பிகையின் திருநாமம் பெருமுலை நாயகி; பிருகத்குசாம்பிகை என்று வடமொழியில் வழங்கும்.

இந்தப் பாட்டு, திருவிடைமருதூர் மும்மணிக் கோவையில் மூன்றாவது பாட்டு.

எங்கே விளையும்?

பதினோராந் திருமுறையைத் தொகுத்த நம்பியாண்டார் நம்பிகளுக்குத் திருஞான சம்பந்தப்பெருமானிடத்தில் அளவிறந்த பக்தி. அப்பெருமானைப் பற்றி ஆளுடைய பிள்ளையார் திருவந்தாதி, ஆளுடைய பிள்ளையார் திருச் சண்பை விருத்தம்,ஆளுடைய பிள்ளையார் திருமும்மணிக் கோவை, ஆளுடைய பிள்ளையார் திருவுலாமாலை, ஆளுடைய பிள்ளையார் திருக்கலம்பகம், ஆளுடைய பிள்ளையார் திருத் தொகை என்று ஆறு நூல்களை இயற்றியிருக்கிறார். பல பல வகையில் அவருடைய புகழை எடுத்துப் பாராட்டியிருக்கிறார்.

தமிழில் அகப்பொருள் அமைந்த பாட்டைச் சிறப்பாகச் சொல்வார்கள். தமிழுக்கே உரியவை அவை என்றும் சொல்வது உண்டு. நாயக நாயகி பாவத்தில் பாடிய பாடல்கள் மற்ற மொழிகளிலும் உண்டு. அவற்றில் பாட்டுடைத் தலைவனையே பாட்டில் வரும் நிகழ்ச்சிக்குரியவனாக வைத்துப் பாடியிருப்பார்கள். நிகழ்ச்சியில் வருபவனைக் கிளவித்தலைவன் என்று கூறுவது மரபு. பாட்டுடைத் தலைவனையே கிளவித் தலைவனாக வைத்துப் பாடிய பாடல்கள் தேவாரம், திவ்யப் பிரபந்தம் முதலியவற்றில், இருக்கின்றன. அவை அகத் துறையைச் சார்ந்தன அல்ல. புறத்துறையில் ஒரு சிறந்த தலைவனைப் புகழும் முறையில் அவை ஒருவகை; பாடாண் திணையைச் சார்ந்தவை.

பாட்டுடைத் தலைவனை வேறாகவும்,கிளவித் தலைவனை வேறாகவும் வைத்துப் பாடுவதே அகப்பாட்டு. சங்க காலத்து அகத்திணை நூல்களில் உள்ள எல்லாப் பாடல்களிலும் கிளவித் தலைவன் இன்னானென்று பெயர் சுட்டப் படாமல்

இருப்பவனே. யாரையேனும் பாராட்ட வேண்டுமானால் அவன் பெயரைச் சார்த்து வகையினால் எப்படியாவது பாட்டில் இணைப்பார்கள். அவனுடைய மலையில் இப்படி நிகழ்ந்தது என்றாவது, அவனுடைய வேல்போல் கூரிய விழியுடையாள் என்றாவது, அவனுடைய பகைவர்கள் போகும் பாலை நிலம் என்றாவது சொல்வார்கள். பிற் காலத்தில் எழுந்த கோவை நூல்கள் யாவும் பாட்டுடைத் தலைவர்களைச் சார்த்து வகையில் புகழ்வனவே. மாணிக்க வாசகர் பாடிய திருச்சிற்றம்பலக் கோவையாரின் பாட்டுடைத் தலைவன் தில்லையம்பலப் பெருமான். அந்த நூலில் வரும் காதல் நாடகத்தின் தலைவன் இறைவன் அல்ல. ஆதலின் அக்கோவை அகப்பொருட் கோவை.

கலம்பகம், அந்தாதி முதலிய நூல்களில் பாட்டுடைத் தலைவனையே கிளவித் தலைவனாக வைத்துப் பாடும் புறத் திணைப் பாடாண் திணையைச் சார்ந்த பாடல்களும், பாட்டுடைத் தலைவனைச் சார்த்து வகையிற் பாராட்டிப் பெயர் கூறாத தலைவனைக் கிளவித் தலைவனாக வைத்துப் பாடிய அகத்துறைப் பாடல்களும் இருக்கின்றன. "மதுரைப் பெருமான் தம்முடைய மாலையை இன்னும் அளிக்கவில்லையே!" என்பது போல வருவது புறத்திணைப் பாடாண்பாட்டு. "மதுரைப் பெருமானுடைய மலையில் என் காதலருடைய மாலையைப் பெறாமல் வாடுகின்றேன்" என்பது போல வருவது அகத்துறைப் பாட்டு.

ஆளுடைய பிள்ளையார் திருமும்மணிக்கோவையில் உள்ள ஓர் அகத்துறைப் பாட்டைப் பார்க்கலாம்.

இந்த நிகழ்ச்சி நடக்கும் இடம் மலை செறிந்த குறிஞ்சி நிலம். ஞானசம்பந்தப் பெருமானுக்குரிய மலை என்று அவருடைய பெயரைச் சார்த்திச் சொல்கிறார் நம்பியாண்டார் நம்பி. இந்தப் பெரிய பூமியில் கனத்தையுடைய பெரிய மதில்களையுடைய சீகாழியில் திருவவதாரம் செய்த திருஞான சம்பந்தப் பெருமானுடைய காடுகள் நிரம்பிய மலையில் இந்தக் காதல் நிகழ்ச்சி நடைபெறுகிறதாம்.

இருநிலத்துக்
கனமா மதிற்காழி ஞானசம் பந்தன்
கடமலைவாய்.

அங்கே ஒரு தினைப்புனம். அதைக் காவல் புரிகிறாள் ஓர் இளமங்கை. அவளைக் கண்டு காமுறுகிறான் இளமையும் எழிலுமுடைய ஆடவன் ஒருவன். அவள் பரணின் மேலிருந்து கொண்டு தினைக்கதிரை மயிலும் கிளியும் மானும் உண்ணாமல் காவல் புரிந்து கொண்டிருக்கிறாள்.

அந்த ஆடவன் ஒரு பக்கத்திலிருந்து அவளுடைய செய்கையைக் கவனித்துக் கொண்டிருக்கிறான். அவள் எழிலைக் கண்டு கண்டு இன்புறுகிறான். அவள் கூந்தல் எவ்வளவு நீளமாக இருக்கிறது! அவள் சாயல் எவ்வளவு ஒயிலாக இருக்கிறது! மயிலைப் போல இருக்கிறது அந்தச் சாயல். அவள் பேசினாலோ கிளி கொஞ்சுவது போல இருக்கிறது. நேரே பாராமல் மறைவிலிருந்து அவள் பேசுவதைக் கேட்டால், நன்றாகப் பேசக் கற்றுக் கொடுத்த கிளி பேசுவது போலவே ஒரு மயக்கம் உண் டாகும். அவள் கண்ணிலுள்ள மருண்ட பார்வையை என் னென்று சொல்வது! மான் விழிப்பது போல விழிக்கிறாள்.

அவள் கூந்தல், சாயல், மொழி, விழி ஆகியவற்றை அந்த அழகன் கண்டும் கேட்டும் இன்புறுகிறான். 'இவ்வளவு அழகான பெண்ணை இந்தத் தினைப்புனத்தைக் காக்கும்படி வைத்திருக்கிறார்களே; என்ன பேதைமை!!' என்று எண்ணுகிறான். அடுத்தபடி மற்றோர் எண்ணம் வருகிறது.

அதை எண்ணித் தானே சிரித்துக் கொள்கிறான். 'இவளை இங்கே காவல் புரிய வைத்தவர்கள் மயிலும் கிளியும் மானும் தினைக்கதிரை அணுக வொட்டாமல் இவள் ஓட்டுவாள் என்றல்லவா நினைத்திருக்கிறார்கள்? ஆனால் அதற்கு நேர்மாறாக, இவள் இருப்பதனால் அவை கூட்டம் கூட்டமாக இங்கே வரும்படியல்லவா ஆகிவிடும்?' என்ற எண்ணந்தான் அது.

அது எப்படி?

மயில் வராமல் காக்க வேண்டியது தலைவியின் கடமை. அவளே மயிலைப் போல இருக்கிறாள். அவளைக் கண்டு, 'இதோ ஒரு மயில் இருக்கிறதே! நம் இனம் இருக்கும் இடத்தில் என்ன பயம்?' என்று எண்ணி மயில்கள் அந்த இடத்தை விட்டுப் போகாமல் நின்றுவிடுமே !

புனமா மயில்சாயல் கண்டுமுன்
போகா.

(புனம் - காடு. சாயல் மென்மை.)

அடுத்தபடி கிளிகள் கதிர்களைக் கொத்திக் கொண்டு போய்விடும். அவற்றை வராமற் செய்ய வேண்டும். ஆனால் அவள் வாய்திறந்து பேசினால் அறிவுடைய மனிதர்களே கிளியென்று ஐயுறுவார்கள். அப்படி இருக்க, அங்கே வரும் கிளிகள் கேட்டால், "இங்கே நம்முடைய இனத்தைச் சேர்ந்த கிளி இருக்கிறது" என்று எண்ணி அந்த இடத்தை விட்டுப் போகாமல் இருக்கும்.

கிளி பிரியா.

பறவை இனங்கள் இருக்கட்டும். மலைப்பக்கத்தில் ஓடி யாடித் திரிகிற மான்களும் தினைக்கதிரைத் தின்று விளைவை அழித்துவிடும். அவள் விழிக்கிற விழியைப் பார்த்தால் மானைப் போலவே இருக்கிறது, மான்களும் அந்த விழியைக் கண்டு தம் இனமென்றெண்ணிப் போகாமல் இருந்து விடுமே!

இனமான் விழிஒக்கும் என்றுவிட்டு
ஏகா.

[இனம்மான் - கூட்டமாக உள்ள மான்கள். விழி ஒக்கும் - இவள் விழி நம் விழியை ஒக்கும்.]

எவற்றை ஓட்டவேண்டுமோ அவற்றை யெல்லாம் அழைத்துக் கூட்டம் போடும்படி செய்யும் நிலையில் இருக்கிறாள் அந்த அழகி. மயில்களை அவள் சாயல் அழைக்கிறது.

கிளிகளை அவள் மொழி அழைக்கிறது. மான்களை அவள் விழி வரவேற்கிறது. அவள் தினையைக் காவல் காக்கிறேன் என்று பேர் வைத்துக்கொண்டு மற்ற மாதர்களைப்போல் வந்திருந்தால் ஏதாவது பயன் உண்டா? தினைக்கதிர் அங்கே விளையப் போகிறதா? பூட்டை விடும் போதே கிளியும் மயிலும் மானும் தின்று அழித்துவிடுமே! கதிர்கள் எங்கே விளையப் போகின்றன?

தினைமாது இவள்காக்க எங்கே
விளையும் செழுங்கதிரே?

[தினையில் கதிர் எங்கே விளையும்?]

'தினைக்கதிர்களைத் தலை நீட்டும்போதே அழித்துவிட வேண்டுமென்று எண்ணி இவளை இங்கே வைத்தால் வைக்கலாம். இவளாவது ! காவல் காக்கவாவது!' என்று தலைவன் எண்ணுகிறான். மயிலும் கிளியும் மானும் அவளுடைய அங்க அழகில் மயங்கித் தினைக் கதிர்களை அழிக் கின்றனவோ இல்லையோ, தெரியாது; அவன் மனத்திலுள்ள வலிமையை அந்த அழகு அழிக்கிறது என்பது உண்மை. அதனால்தான் இப்படிப் பேசுகிறான்.

புனமா மயில்சாயல் கண்டுமுன்
போகா; கிளிபிரியா;
இனமான் விழிஒக்கும் என்றுவிட்டு
ஏகா; இருநிலத்துக்
கனமா மதிற்காழி ஞானசம்
பந்தன் கடமலைவாய்த்
தினைமாது இவள் காக்க எங்கே
விளையும் செழுங்கதிரே?

[காட்டில் உள்ள பெரிய மயில்கள் இவள் சாயலைக் கண்டு இவளும் தம் இனம் என்று எண்ணிப் போகா. கிளிகள் இவள் மொழியைக் கேட்டுத் தம் இனம் என்றெண்ணிப் பிரிந்து செல்லா. கூட்டமான மான்கள் இவள் விழி தம் விழியை ஒக்கும் என்றும் தம் இனம் என்றும் எண்ணி இவ்விடத்தை விட்டுப் போகா; பெரிய நிலவுலகத்தில் பெருமையையுடைய மதில் சூழ்ந்த சீகாழியில் திருவ வதாரம் செய்த திருஞான சம்பந்தனுக்குரிய காட்டையுடைய மலையினிடத்தில், மாதாகிய இவள் காவல் புரியத் தினையில் எங்கே வளப்பமுள்ள கதிர் விளையும்?

புனம் - காடு; தினைப்புனமுமாம். கனம் என்பதைக் காழி யுடன் சேர்த்தும் சொல்லலாம். கடம் - காடு. மாது காக்கத் தினையில் கதிர் எங்கே விளையும்? எங்கே என்பது எப்படி என்ற பொருளில் வந்தது; எங்ஙனம் என்பதைப் போல.]

இது அகப் பொருளில் குறிஞ்சித்திணையைச் சார்ந்த பாட்டு. களவுக் காலத்தில் பகற் குறியில் தலைவியைக் கண்ட தலைவன் தன் நெஞ்சோடு சொல்லியது.

ஆளுடைய பிள்ளையார் திருமும்மணிக்கோவையில் இருபத்தேழாவது பாட்டு இது.

முற்றும்.

★★★

9 788168 604216

Printed at Repro India Ltd.